காதல் மொழிகள் 9/4

புரிந்த வார்த்தைகள்... புதுப்புது அர்த்தங்கள்

கணேசன் சண்முகவேல்

ISBN 979-888606098-0

இந்த பிரபஞ்சத்தின் மக்கள்தொகை தோராயமாக 780 கோடி, அதில் 65 சதவீத மக்கள் திருமணம் முடித்தவர்கள்.

திருமணம் முடித்த ஒவ்வொரு தம்பதியருக்கும் இந்த புத்தகம் சமர்ப்பணம்.

பொருளடக்கம்

அணிந்துரை

"கல்யாணம் என்பது ஆயிரம் காலத்துப் பயிர்" என்று சொல்வார்கள். அந்த ஆயிரங்காலத்துப் பயிர் என்பது செழித்து வளர, அன்பு அரவணைப்பு என்பது மிகவும் முக்கியம்.

குறிஞ்சி

இன்றைய தொழில்நுட்ப சூழ்நிலையில் கணவன்-மனைவி உறவில் ஏற்படும் சில சிறிய பிரச்சினைகள், பூதாகரமாக மாறி அவர்கள் வாழ்க்கைக்கே ஊறு விளைவிக்கக்கூடும். அப்படி ஒரு கணவன்-மனைவி உறவில் ஏற்பட்ட சிக்கல்கள், அதனால் நடந்த நிகழ்வுகள் மற்றும் அதை அவர்கள் எப்படி மாற்றி தங்களுடைய மண வாழ்க்கையை இன்பமாக மாற்றிக் கொண்டார்கள், என்பதைப் பற்றி தான் இந்த புத்தகத்தில் நீங்கள் தெரிந்து கொள்ளப் போகிறீர்கள்.

முன்னுரை

அன்புள்ள வாசகர்களுக்கு, என்னுடைய பெயர் கணேசன் சண்முகவேல். மருந்தியல் துறையில் பட்டம் பெற்று விட்டு, கடந்த 18 வருடங்களாக தனியார் துறையில் வேலை பார்த்து கொண்டு வருகிறேன். திருமணமாகி கடந்த பனி-ரெண்டு வருடங்கள் ஆகின்றன. மனைவி **கோமதி அம்மாள்** மற்றும் மகன் **மகந்த் ஸ்ரீ ஹரி** உடன் சென்னை - கொளப்பாக்கம் நகரில் மகிழ்ச்சிகரமான குடும்ப வாழ்க்கையை நடத்திக் கொண்டு வருகிறேன். நான் பிறந்து வளர்ந்தது எல்லாம் தென்காசி மாவட்டத்தில் "கடையநல்-லூர்". தந்தை வீட்டிலும் சரி தாயார் வீட்டிலும் சரி, எங்க-ளுடையது மிகப் பெரிய கூட்டுக் குடும்பம். சிறுவயதிலேயே என்னுடைய தந்தையை இழந்து விட்டிருந்தாலும் என்னு-டைய குடும்பம் தான் என்னுடைய வாழ்க்கையில் மிகப் பெரிய உதவிகளைச் செய்து, இன்று நான்இந்த நிலையை அடைவதற்கு உறுதுணையாக இருந்தார்கள். அவர்களுக்கு என்னுடைய மனமார்ந்த நன்றியை தெரிவித்துக் கொள்கி-றேன். "அதனால் உறவுகள் என்பது எப்போதும் நம்முடைய உயர்வுக்கு முக்கியம் என்பதை ஆழமான கருத்தை புரிந்து கொண்டிருக்கிறேன்".

எல்லோரும் எப்படி இருக்கீங்க? இந்த வார்த்தை தான் அதிகமாக முதலில் பார்க்கும் எல்லோரிடமும் கேட்போம். அப்படி கேட்கும் பட்சத்தில், எதிரில் இருக்கும் நபர் சொல்-வது நன்றாக இருக்கிறோம், அற்புதமாக இருக்கிறோம் என்று. ஆனால் உள்மனதில் எப்படி இருக்கிறார்கள்? என்று தெரிய வாய்ப்பில்லை.

அப்படித்தான், சிலரது மண வாழ்க்கையிலும் பலவித-மான சிக்கல் மற்றும் பிரச்சனைகள் இருக்கலாம். இங்கே ஒரு 'நண்பரின் மண வாழ்க்கையில் ஏற்பட்ட விரிசல் அதனால் உறவில் ஏற்பட்ட உரசல் மற்றும் அதற்கான தீர்-வுகளை தந்திருக்கிறேன்'.படித்துவிட்டு உங்களுடைய கருத்-

துக்களை தெரிவிக்கவும்

நன்றி

இந்தப் புத்தகத்தை எழுதுவதற்கு எனக்கு மிகவும் உறுதுணையாக இருந்த என்னுடைய தாய், தந்தை, மனைவி, மகன், மாமியார், குடும்ப உறுப்பினர்கள் மற்றும் நண்பர்கள் அனைவருக்கும் என்னுடைய மேலான நன்றி கலந்த வணக்கத்தை தெரிவித்துக் கொள்கிறேன். மேலும் இந்த புத்தகத்தை எழுதுவதற்கு குருவாக இருந்த டாக்டர் சுப்ரா அவர்களுக்கும் என் மனமார்ந்த நன்றி.

இதற்கு உறுதுணையாக இருந்த ஒவ்வொருவரது பெயரையும், இங்கே குறிப்பிட்டால் இந்த புத்தகத்தின் பக்கங்கள் போதாது.

இந்த உலகத்தில் கணவன் மனைவி உறவு என்பது மிகவும் போற்றி பேணி பாதுகாக்க வேண்டியது. அந்த உறவு எப்போதுமே நல்ல முறையில் அமைந்தால் மட்டுமே ஒருவரது வாழ்வு என்பது மிகவும் சிறப்பானதாக அமையும். இருபது முப்பது வருடங்களுக்கு முன்பெல்லாம் இன்று இருக்கக்கூடிய தொழில்நுட்பங்கள் இல்லாத காரணத்தால், என்னவோ அந்த குடும்ப உறவுகளும் கணவன் மனைவி உறவு என்பதும் மிகவும் அன்பும்

அரவணைப்பாகவும் இருந்தது.

இன்றைய காலகட்டத்தில் தொழில்நுட்பங்கள் எந்த அளவுக்கு வளர்ந்து இருக்கிறதோ, அந்த அளவுக்கு உறவு முறைகளுக்கு சவாலாக அமைந்து இருக்கிறது. இந்தப் புத்தகத்தில் ஒரு கணவன் மனைவிக்கு இடையே நடந்த போராட்டமும் அதை அவர்கள் எப்படி மாற்றிக்கொண்டார்கள், என்பதற்கான சூத்திரங்களை தேசிய அளவில் எடுத்த ஆராய்ச்சியின் பெயரில் கொடுத்துள்ளேன்.

இது நிச்சயமாக ஒருவரது திருமண வாழ்க்கையை நல்லபடியாக மாற்ற உறுதுணையாகவும் உதவியாகவும் இருக்கும் என்பது என்னுடைய மேலான கருத்து நீங்களும் இதைப் படித்துவிட்டு உங்களுடைய கருத்துக்களை தெரிவிக்கவும்.

முகவுரை

"ராகவன்——மாலினி தம்பதியருக்கு" அழகான இரட்டை குழந்தை பிறந்து, அவர்களுடைய முதல் பிறந்தநாளை, (2021 ஜூலை மாதம் 14 ஆம் நாள்) அவர்களுடைய குடும்பம் எல்லோரும் இணைந்து மகிழ்ச்சிகரமாக கொண்-டாடுவதற்காக, காத்துக் கொண்டிருந்தார்கள். அவர்கள் குடும்பத்தில் எல்லோரும் வந்த பிறகும் ராகவன், மாலினி இருவரும் யாரோ ஒரு நபரின் வருகைக்காக காத்திருந்தார்-கள்.

அதனால் அவன் குடும்பத்தினர் எல்லோருக்கும் சிறிது கோபம். அதுதான் எல்லோரும் வந்து விட்டார்களே, பிறந்-தநாள் கொண்டாட்டத்தை ஆரம்பிக்க வேண்டியதுதானே? என்று, எல்லோரும் நினைத்துக் கொண்டிருக்க சிறிது நேரத்-தில் அவனுடைய வாழ்க்கையில் மாற்றத்தை ஏற்படுத்திய "நாகராஜன் மற்றும் ஜானகி" அம்மாள் இருவரும் வந்து சேர்ந்தனர். ராகவனும் பிறந்தநாள் கொண்டாட்டத்தை ஆரம்பிக்க சொல்லி எல்லோரும் மகிழ்ச்சியுடன், அந்த பிறந்த நாளை கொண்டாடினார்கள்.

அந்த பிறந்த நாள் கொண்டாட்டமும் களை கட்டியது, சிறுவர்கள் இங்குமங்கும் ஓடிக் கொண்டும் பாடிக் கொண்டும் பலூனை பறக்கவிட்டு விளையாடிக் கொண்டிருந்தார்கள். அந்த இடம் முழுவதுமே மகிழ்ச்சி கரைபுரண்டு ஓடிக்-கொண்டிருந்தது. ஆனால் வந்திருந்த அவரது குடும்ப உறவினர்கள் பெரியவர்கள் அனைவருக்கும் மனதில் ஒரு கேள்வி? ஏன் நாம் எல்லோரும் வந்த பிறகும் கூட, இவன் இத்தனை நேரம் காத்திருந்தான். ராகவன் நம்மிடம் தான் எவ்வளவு பாசத்துடன் இருப்பான், ஆனால் நாம் எல்லோ-ரும் வந்தவுடன் கூட அவன் யாருக்காகவோ காத்திருந்-தான். அவர்கள் வந்த பிறந்த தான் அந்த பிறந்தநாள் கொண்டாட்டத்தை ஆரம்பித்தான் எதற்காக? என்ற கேள்வி

எல்லோருடைய மனதிலும் எழுந்துகொண்டே இருந்தது, மாலினி எல்லோரையும் சமாதானப்படுத்தி அந்த சூழ்நிலையை சமாளித்து விட்டார்.

அன்று இரவு ராகவனிடம், நீண்ட நாளைக்குப் பிறகு சந்தித்த அவனுடைய சிறுவயது பள்ளி நண்பன் ஆனந்த், இந்த விஷயத்தை எல்லோரும் கலைந்து சென்ற பிறகு சிறிது கோபத்துடன் ஏண்டா உன்னுடைய உறவினர்கள் நண்பர்கள் எல்லோரும் வந்த பிறகும் கூட ஏன் பிறந்தநாள் விழாவை நீ ஆரம்பிக்கவில்லை? என்று கேட்டபோது, ராகவன் தன்னுடைய வாழ்க்கையில் ஏற்பட்ட மாற்றமான திருப்புமுனை கதையை சொல்ல ஆரம்பித்தான்.

எங்களுடைய திருமணம் 2015 மே மாதம் 19ம் தேதி திருமணம் நடைபெற்றது. என்னுடைய குடும்பம் கூட்டுக்குடும்பம் அல்லவா, அதுபோலவே மாலினியும் கூட்டுக் குடும்பத்தில் தான் பிறந்தவள். அவளுக்கு 8 வயது இருக்கும்போது அவளது தந்தை உடல்நிலை சரியில்லாத காரணத்தால் இறந்துவிட்டார். குடும்ப சொத்தை அவரது உறவினர்கள் சரிவர பிரிக்காததால் பண கஷ்டத்துடன் தன் தாயின் வளர்ப்பில் தனியாக வளர்ந்தவள்.

நான் கல்லூரி மேல் படிப்பு முடித்தவன் எனக்கு வயது முப்பது இருக்கும் போது திருமணம் முடித்து வைத்தார்கள். அப்போது மாலினிக்கு 25 வயது, திருமணம் முடிந்தவுடன் இருவரும் மிகவும் மகிழ்ச்சியாகத்தான் இருந்தோம்.

ஆனால், "ஆசை அறுபது நாள், மோகம் முப்பது நாள்" என்ற பழமொழி ஏற்ப வாழ்க்கை கசக்க ஆரம்பித்தது. ஒருவருக்கு ஒருவர் சில நேரம் மிகவும் அதிகமாக கோபம் கொள்வோம், சண்டை போடுவோம். சில நேரங்களில் அது அடிதடியாக கூட மாறிவிடும். ஆனால் தெய்வத்தின் அனுகூலமோ, முன் ஜென்மத்து புண்ணியமோ, என்னவோ இருவரும் சேர்ந்து வாழவேண்டும் என்பதை மட்டும் உள்ளுக்குள் வைத்துக் கொண்டிருந்தோம்.

நான் வியாபாரத் துறையில் வேலை பார்த்து வந்ததால், மாதத்திற்கு நான்கு முதல் ஆறு நாட்கள் பயணத்திலும் மற்றும் 5 முதல் 7 நாட்கள் வெளியூரிலும் தங்க வேண்டிவரும். அப்படிப் போகும் போதெல்லாம் நான் எப்படியோ அலுவலக நண்பர்களுடன் சேர்ந்து மது மற்றும் புகை பழக்கத்திற்கு அடிமையாகி விட்டேன். இப்படி அடிமையானதால் எங்கள் கையில் பணம் சேமிக்க முடியவில்லை. எங்களுடைய மாதச் செலவுக்கு சில சமயம் யாரையாவது எதிர்பார்த்து இருக்க வேண்டும், அப்படி இல்லாவிட்டால் கிரெடிட் கார்டு மூலம் செலவு செய்ய வேண்டும்.

புகை மற்றும் மதுப் பழக்கத்திற்கு அடிமையானதால் எங்களுக்கு **குழந்தை பிறப்பு வேறு தள்ளிப் போனது.** நம் ஊரில் தான் தெரியுமே மனம் முடியும் வரை அதைக் கேட்-பார்கள், அது முடிந்தவுடன் குழந்தை பற்றி கேட்பார்கள். அப்படி எல்லோரும் கேட்க ஆரம்பித்ததால், அதில் வேறு எங்கள் இருவருக்கும் மன கஷ்டம்.

இதனால் மேலும் எங்கள் இருவருக்கும் தகராறு சில சமயங்களில் முற்றிப் போகும், அப்படி இருக்கும் பட்சத்தில் நான் எங்கேயாவது வெளியூர் சென்று விடுவேன். இரண்டு மூன்று நாட்கள் கழித்து தான் வருவேன். இப்படியாக எங்-களின் வாழ்க்கை நகர்ந்து கொண்டிருந்தது.

ஏதோ முன் ஜென்மத்தில் செய்த புண்ணியமோ என்-னவோ, எங்கள் குடும்ப வாழ்க்கை முடியாமல் போய் கொண்டிருந்தது. 2019 மே மாதம் என்னுடைய கம்பெ-னியின் ஆண்டு விழா கொண்டாட்டத்திற்காக என்னை "அஸ்ஸாம் மாநிலத்தில் உள்ள திப்ருகர்" என்ற ஊருக்கு அழைத்து இருந்தனர்.

நாம் இருப்பது கன்னியாகுமரி செல்ல வேண்டியது திப்-ருகர், கிட்டத்தட்ட ரயிலில் சென்றால் 75 மணி நேர பயணம். எனக்கு விமானத்தில் செல்ல அனுமதி இருந்தும், அதை வேண்டாம் என்று சொல்லிவிட்டு டிரெயின் மூலமாக பயணம் செய்வதாக முடிவு செய்தேன். ஏனென்றால் **நான்கு**

நாள் பயணத்தில் நன்றாக குடித்தும், புகை பிடித்தும் என் பயணத்தை மகிழ்ச்சிகரமாக அமைத்துக் கொள்ளலாம் என்று.

அந்த ரயில் வாரத்திற்கு ஒருமுறை வியாழக்கிழமை தான் கன்னியாகுமரியில் இருந்து புறப்படும். நானும் அந்த ரயிலில் முன்பதிவு செய்து கொண்டு சந்தோஷமாக கிளம்ப தயாரானேன்.

இதை புதன்கிழமை மாலையில் தான் என் மனைவியிடம் சொல்ல முனைந்தபோது, அவள் என்னுடன் சண்டை போட ஆரம்பித்தாள். உங்களுக்குத்தான் விமானத்தில் செல்ல அனுமதி இருக்கிறதே, பிறகு ஏன் இப்படி நீங்கள் ரயிலில் போக வேண்டும்? என்னுடன் வாழபிடிக்கவில்லையா? அப்படியானால் என்னை விவாகரத்து செய்து விடு. நான் என் அம்மாவிடம் வீட்டுக்குச் சென்று விடுகிறேன் என்று சொன்னாள்.

எனக்கு அந்த நேரத்தில் மூக்குக்கு மேல் கோபம் வந்துவிட்டது, அதனால் நான் அவளை மிகவும் மோசமாக தாக்கி விட்டேன். அவளுக்கு வலி பொறுக்க முடியவில்லை. அதனால், அவள் நான் பயணத்திற்கு கிளம்பும் முன் அவள் தன் தாய் வீட்டுக்கு சென்றுவிட்டாள்.

நானும் அதை கண்டுகொள்ளாமல் என் பயணத்தை துவக்கினேன். சரியாக வியாழக்கிழமை மாலை 5:50 மணிக்கு அந்த ரயில் பயணம் கன்னியாகுமரியில் இருந்து தொடங்கியது. எனக்கு ஒரே மகிழ்ச்சி காரணம் ஏனென்றால் நான்கு நாட்களுக்குதேவையான மது மற்றும் சிகரெட் பாக்கெட்டை எடுத்து வைத்துக் கொண்டேன். பயணம் ஆரம்பித்தது முதலிலிருந்தே குடிக்க ஆரம்பித்து விட்டேன். ஒரு தண்ணீர் பாட்டில் மதுவை கலந்து வைத்துக் கொண்டு சிறிது நேரத்திற்கு ஒருமுறை குடித்து கொண்டேன். போதாக்குறைக்கு ஒவ்வொரு 45 நிமிடத்திற்கும் கழிவறைக்குச் சென்று புகை பிடித்து வந்தேன்.

அந்த முதல் வகுப்புப் பெட்டியில் அப்பொழுது நான் மட்டும் தான் அமர்ந்து இருந்தேன். ஏறக்குறைய மணி 7:35

இருக்கும், ரயில் திருவனந்தபுரம் நிறுத்தத்தில் நின்றது.

என்னுடைய முதல் வகுப்புப் பெட்டியில் பிரயாணம் செய்ய 65 வயது மதிக்கத்தக்க ஒரு பெரியவரும் அவரு-டைய மனைவியும் வந்து அமர்ந்தார்கள். நான் அவர்களை சிறிதும் சட்டை செய்யவில்லை. வழக்கம் போல் என் வேலையான குடிப்பதும் புகைப்பிடிப்பதுமாக இருந்தேன். அவர்கள் இருவருக்கும் அந்த நாற்றம் பிடிக்கவில்லை. இருந்தபோதும் தன் மகன் வயதில் இருந்ததாலோ என-னவோ என்னிடம் அந்த நேரத்தில் எதுவும்கேட்கவில்லை.

ஒருகட்டத்தில் எனக்கு போதை தலைக்கு ஏறிய உடன் என் மனைவி மைதிலிக்கு போன் செய்தேன். அவள் எடுக்-கவில்லை, எதிரில் இருந்த நாகராஜன் தம்பதியினர் அதை கவனித்துக் கொண்டே இருந்தனர். ஆனால் ஏதும் பேச-வில்லை, ஏனென்றால் நான் அப்போது கேட்கும் மனநி-லையில் இல்லை. மைதிலி போனை எடுக்கவில்லை இருந்-தபோதும் மைதிலியே திட்டிக் கொண்டே தூங்கிவிட்டேன். அந்த சமயத்தில் போன் கீழே விழுந்து விட்டது, அது கூட தெரியாமல் நான் தூங்கி கொண்டு இருந்தேன். அந்த பெரி-யவர் அந்த போனை எடுத்து என்னுடையபேக்கில் பத்தி-ரமாக வைத்து விட்டார். பின்பு நேராக படுக்க வைத்து போர்வை போர்த்தி விட்டிருக்கிறார்.

எனக்கு சுய நினைவு இல்லை இரவு ஆனதால் விளக்கை அணைத்துவிட்டு எல்லோரும் தூங்க ஆரம்பித்-தனர். அவரின் பெயர் நாகராஜன் மற்றும் அவர் மனதில் ஒரே வேதனை ஏன் இந்தப் பையன் இந்த சின்ன வயதில் இப்படி ஆகிவிட்டான், என்னிடம் காலையில் பேச வேண்-டுமென முடிவு செய்தார்.

மறுநாள் காலை நான் எழுந்து கொண்டு எதுவும் நடக்-காதது போல் இருந்தேன், நாகராஜனும் பார்த்தும் பார்க்கா-தது போல் இருந்தார். அந்த நேரம் பார்த்து டிடிஆர் வந்து என்னிடம் நன்கு படித்த இளைஞராக இருக்கிறீர்கள், நல்ல அலுவலகத்தில் வேலை பார்ப்பது போலவும் இருக்கிறது. ஆனால், பொது இடத்தில் எப்படி நடக்க வேண்டும் என்று

தெரியவில்லையே? "இந்த தம்பதிகள் இல்லாவிட்டால், நீங்-கள் இரவு போலீஸ் ஸ்டேஷன் செல்ல வேண்டி இருந்தி-ருக்கும்". என சொன்னவுடன் நான் திடுக்கிட்டு நாகராஜன் மற்றும் அவர் மனைவியின் காலில் விழுந்து நன்றி கூறி-னான்.

அப்போது என்னிடம் அவர் சில கேள்விகள் கேட்க-லாமா? என கேட்டார். அதற்கு நான் ஐயா என் வாழ்க்-கையை சிறைக்குச் செல்லாமல் தடுத்து இருக்கிறீர்கள், நீங்-கள் என்ன சொன்னாலும் நான் செய்வேன் என்றேன். அதற்கு அவர் அதெல்லாம் ஒன்றும் வேண்டாம். "நீங்கள் இந்த சின்ன வயதில் ஏன் இப்படி குடித்து விட்டு இவ்வளவு கோபம் கொள்வதற்கு என்ன காரணம்"? என கேட்டார்.

நான் அவரிடம் முதலில் சொல்ல தயங்கினேன், பின் என்னுடைய கதையை மெல்ல சொல்ல ஆரம்பித்தேன். ஐயா நான் பிறந்தது ஒரு கூட்டுக்குடும்பம் அதில் 8 தாத்-தாக்கள், அவர்கள் குழந்தைகள் அதாவது எனது சித்தப்பா, அத்தைமார்கள் என கிட்டத்தட்ட 40லிருந்து 45 நபர்கள்.

எனது தந்தை தான் குடும்பத்தில் இரண்டாம் தலை-முறையில் மூத்தவர். அவர் எனக்கு ஐந்து வயது இருக்கும் போதே மாரடைப்பால் இறந்து போய்விட்டார். என் அம்மா, தம்பி மற்றும் தங்கையையும் கூட்டுக் குடும்பத்தில் உள்ள தாத்தா மற்றும் சித்தப்பா அனைவரும் தான் நன்றாக கவனித்து வளர்த்து வந்தார்கள். அவர்களே எங்கள் மூன்று பேரையும் நன்றாக படிக்க வைத்தனர்.

கல்லூரி காலத்தில் நான் சில தகாத நண்பர்கள் உறவி-னால் சரியாகப் படிக்காமல், என்னுடைய படிப்பை முடிக்க சிறிது காலம் அதிகமாக தேவைப்பட்டது. எப்படியோ ஒரு-வழியாக கஷ்டப்பட்டு படித்து தேர்வு பெற்று விட்டேன். படித்து முடித்து சில மாதங்களிலேயே எனக்கு வேலையும் கிடைத்து விட்டது.

கல்லூரியில் படித்துக் கொண்டிருந்த காலத்தில், ஒரு பெண் மீது மிகவும் காதல். அவளும் என்னை அளவு

கடந்து காதலித்தாள்.ஆனால் ஒரு சமயத்தில் தான் தெரிய-
வந்தது எங்கள் இருவருக்கும் காதல் திருமணம் நடந்தால்,
எனது சகோதரிக்கு திருமணம் நடப்பதில் சிக்கல் வரும்
என்று. அதனால் நான் அந்த காதலை தியாகம் செய்ய
வேண்டியிருந்தது. அது என் மனதை வதைத்துக் கொண்-
டிருக்கிறது. அதனால் சில நேரங்களில் என்னால் என்னு-
டைய நிகழ்கால வாழ்க்கையில் மகிழ்ச்சியாக இருக்க முடி-
வதில்லை.

எனக்கு திருமணம் ஆனது மே 19, 2015. முதலில்
நானும் என் மைதிலியும் நன்றாக அன்பாக தான் இருந்-
தோம். ஆனால் இடையில் என்ன ஆனது என்று தெரிய-
வில்லை, சில நேரங்களில் எங்களுக்குள் சண்டை சிறியதாக
ஆரம்பித்து, ஏதாவது பெரிதாக நடந்து விடுகிறது. என்று
தன்னால் அழ ஆரம்பித்தேன்.

அதைக்கண்ட அவர் என்னை அணைத்துவிட்டு,
வாழ்க்கை என்பது நன்மை, தீமை மற்றும் போராட்டங்கள்
நிறைந்த ஒன்று, என்பதை நீங்கள் எங்கனம் பார்க்கிறீர்கள்?
என கேட்டார், அதற்கு நான், ஆம் ஐயா நீங்கள் சொல்வது
உண்மைதான், என ஆமோதித்தேன். நாம் போராட்டங்களை
எப்படி கடந்து செல்கிறோம், என்பதைப் பொருத்துதான்
அதற்கான விடைகளும், மகிழ்ச்சியும் கிடைக்கும்.

நீங்கள் உங்கள் பழைய வாழ்க்கையில் ஏற்பட்ட காதலை
மறந்து நிகழ்கால வாழ்க்கையில் மகிழ்ச்சியுடன் இணைந்தி-
ருந்தால் மட்டுமே, உங்களுடைய எதிர்கால வாழ்க்கை சிறப்-
பாக அமையும். மற்றும் "இந்த நிகழ்கால வாழ்க்கையை
நீங்கள் ஏற்றுக்கொள்ள வேண்டும்".

ஐயா என்னுடைய இந்த பிரச்சனைகளுக்கு உங்களிடம்
தீர்வு இருக்கிறதா? என்று நான் அவரிடம் கேட்டேன்.அவர்
அதற்கு திருமண உறவுகளை மேம்படுத்த என்னிடம் சில
வழிமுறைகள், சூத்திரங்கள் உள்ளன அதை நான் உங்க-
ளுக்குச் சொல்லட்டுமா? என கேட்டார். நானும் யோசித்து
விட்டு, அதற்காகத்தான் காத்து இருக்கிறேன் என்பதுபோல,

ஆம் என்று தலை அசைத்தேன். அப்படி நாங்கள் பேசிக்-கொண்டிருக்கும் போது காலை மணி ஏழு இருக்கும்.

தற்போது ''ஆங்கிலம் என்பது நம் வாழ்க்கையில் இணைந்து விட்ட ஒன்றாகிவிட்டது'' அல்லவா. அதனால் நான் சொல்லப்போகும் சூத்திரங்களின் தலைப்பு எழுத்துக்-கள் எல்லாம் ஆங்கிலத்தில் இருக்கும். ஆனால் அதனு-டைய விளக்கங்களை நான் உங்களுக்கு தமிழில் சொல்-கிறேன். நானும் அதை ஆமோதித்தேன் அந்த நேரத்தில் அவர் ஒவ்வொரு சூத்திரங்களாக சொல்ல ஆரம்பித்தார்.

1
GROW

❧

Grow - என்பது வளர, அதாவது நம்முடைய வாழ்க்கையில் வளர்வ-தற்காக, உறவுகளிடம் அன்பைப் பெருக்குவதற்காக, முதலாவதாக இந்த சூத்திரத்தை நான் உங்களிடம் பகிர்ந்து கொள்கிறேன்.

G — Gratitude:அதாவது "நன்றி உணர்வு" இந்தப் பிரபஞ்சத்-தில் கிட்டத்தட்ட எழுநூறு கோடிக்கும் மேல் ஜீவராசிகள் இருக்கிறார்-கள், எல்லோருமே ஒரு நோக்கத்திற்காக தான் படைக்கப் பட்டிருக்கி-றார்கள். இதில் சில பேர் தன் உடலில் ஏதாவது ஊனமாகவும் இல்லை என்றால், மனதில் ஏதாவது ஊனமாகவும் இருக்கிறார்கள். ஆனால் எல்-லாம் படைத்த ஆண்டவர், உங்களுக்கு இறைபக்தி உண்டா? என கேட்-டார். அதற்கு நான் ஒரு சமயத்தில் ஓஷோ அவர்களுடைய புத்தகத்-தில் இந்த விஷயத்தை தெரிந்து கொண்டேன் எனக்கு கீழ்கண்டவாறு சொன்னேன்.

"சிலவற்றை நிரூபிக்க முடியாது; அதற்கு ஆதாரங்கள்
கிடைக்காது. அதுவே அதற்கு ஆதாரமாக இருக்கும்".
"அந்த மாதிரியானவற்றை நிரூபிக்க முயல்வது
பைத்தியக்காரத்தனமாக தோன்றும். அந்த முயற்சியில் ஈடுபடுகிறவர்,
அதை அறியவில்லை என்றாகிவிடும்.
கடவுள் நிரூபன விவகாரம் அப்படித்தான். -ஓஷோ
அதற்கு நான் அவரிடம், ஐயா எனக்கும் இறைபக்தி உண்டு. எல்-
லோரையும் விட ஒரு மிகப்பெரிய சக்தி இருப்பது எனக்கு தெரி-

யும். அதுதான் எல்லோரையும் நெறிப்படுத்துகிறது என்று சொன்னேன். அப்படி இருக்கும் பட்சத்தில் எல்லோரும் நன்றியுணர்வோடு, "**தனக்கு என்ன கிடைத்ததோ அதை வைத்துக் கொண்டு ஒவ்வொருவரும் நன்றி உணர்வோடு வாழ வேண்டும்**".

ஏதாவது ஒன்று நம் வாழ்க்கையில் நடக்கிறது என்றால் அதற்கான காரணம் கண்டிப்பாக இருக்கும். அதை நாம் புரிந்துகொள்ள வேண்டும்.

எனக்கும் என் மனைவி ஜானகிக்கும் திருமணமாகி 40 வருடங்கள் ஆகின்றன. நான் ஒரு தனியார் கம்பெனியில் 1985-86 வருடத்தில், உயர் அதிகாரியாக பணிபுரிந்த சமயம், அப்போதுதான் எங்களுக்கு அழகான ஆண் குழந்தை பிறந்து இருந்தது. எனக்கு என் கம்பெனியில் இருந்து ஒரு அழைப்பு வந்தது, அதாவது நான் பணிபுரியும் **கோயம்புத்- தூரில்** இருந்து எனக்கு **அகமதாபாத் தலைமை அலுவலகத்தில்** மாற்றம் கிடைத்தது. உங்களுக்கு 20 சதவீதம் ஊதிய உயர்வு என்றும் மற்றும் நீங்கள் தங்குவதற்கான அனைத்து வசதிகளையும் கம்பெனியே பார்த்- துக்கொள்ளும் என்று சொன்னார்கள்.

முதலில் நான் கொஞ்சம் யோசித்தாலும், இத்தனை தூரம் செல்வது எப்படி? என்று பிறகு, என் மனைவி மற்றும் குடும்பத்தாருடன் கலந்து ஆலோசித்து, இந்த வயதில், (அப்போது எனக்கு 30 வயது இருக்கும்) நாம் இந்தியாவின் எந்த மூலைக்கும் சென்று வேலை செய்யலாம் என்று நினைத்து, அங்கே சில வருடங்களுக்கு சென்று வரலாம் என்று முடிவு செய்தோம்.

நானும் என் மனைவி மற்றும் பிறந்த குழந்தையுடன் **அகமதாபாத்** மாற்றலாகிச் சென்றோம், என்னவோ முடிவு தான் செய்து வந்துவிட்- டோம் தவிர, இத்தனை தூரம் உறவுகளை எல்லாம் பிரிந்து, எப்படி வாழ்க்கையை நடத்துவது? என்ற ஒரு சிறிய பயம் மனதுக்குள் எழுந்- துகொண்டே இருந்தது.

முதலில் எனக்கு பிடிக்கவில்லை என்றாலும் என் மனைவிக்கும் என் சிறு வயது குழந்தைக்கும் அங்கே இருப்பது பிடித்துவிட்டது. என்னு- டைய மனைவி வெளி நபர்களுடன் அதிகமாக பேசி பழகுவதில்லை. ஆனாலும் அவருக்கு அங்கு இருந்த சூழ்நிலை மிகவும் பிடித்திருந்தது. அதனால் நாங்கள் கிட்டத்தட்ட அகமதாபாத் வாசி ஆக முடிவு செய்- தோம்.

ஆறு ஏழு மாதங்களுக்குப் பிறகு, ஒரு நாள் நான் அலுவலகம் சென்று திரும்பும் போது ஏதோ ஒரு காரணத்தால், வரும் வழியில் வீட்-டுக்கு அருகில் மயங்கிவிழுந்துவிட்டேன். அதை பார்த்த பக்கத்து வீட்டு நண்பர் ஒருவர் அருகில் இருந்த மருத்துவமனையில் சேர்த்துவிட்டு, என் வீட்டுக்கு தகவல் கொடுத்துவிட்டு சென்றார். என் மனைவியும் குழந்-தையும் பதைபதைத்துப் கொண்டு வந்தனர், என்னவோ ஏதோ என்று அங்கு வந்த பிறகுதான், தெரிந்தது சரியாக சாப்பாடு சாப்பிடாமல் தான், இந்த மயக்கம் என்று.

அந்த சிறிது நேரத்திற்குள் என் மனைவி மருத்துவமனைக்கு, எப்-படியோ தேடி அந்த புதிய இடத்தில் விசாரித்துக் கொண்டு வந்துவிட்-டார். புதிய இடம், தெரியாத உறவுகள் என மனதால் மிகவும் களைத்துப் போய் விட்டார்.

சொந்த ஊரை விட்டு நாம் இவ்வளவு தூரம் தனியாக வந்து கஷ்-டப்பட வேண்டுமா? எனக் கேட்டார். அப்போது நானும் யோசித்து பார்த்ததில் எனக்கும் சரியாகத்தான் பட்டது. இவ்வளவு தூரம் உறவு-களை விட்டு விட்டு ஏதாவது அவசர நேரத்தில் இப்படி நடக்கும் போது யாராவது உதவி இருந்தால்தானே, நாம் நம்மை பாதுகாத்துக் கொள்ள முடியும். என்னுடைய மேலதிகாரியிடம் இதை நான் எடுத்துச் செல்லும்-போது அவர் இன்னும் சிறிது காலம் இங்கே இருங்கள் என்று சொன்-னார். ஆனால், நான் அதற்கு ஒப்புக் கொள்ளவில்லை.நான் உடனே திரும்பவும் "கோயம்புத்தூர்" வர முடிவு செய்தேன். அப்போது எனது பழைய நண்பர் ஒருவர் கோயம்புத்தூரில் மார்க்கெட்டிங் கம்பெனி நடத்தி வந்தார், அவரிடம் பேசினேன். அவரும் நீங்கள் என்னுடன் சேர்ந்து பணியாற்றுவது மிகவும் மகிழ்ச்சி எங்களுடன் பங்குதாரராக இணைந்து கொள்கிறீர்களா? என்றார்.

நானும் அவருடன் இணைந்து பணியாற்ற முடிவு செய்தேன். இன்று நல்ல நிலையில் கார், பங்களா மற்றும் பேர குழந்தையுடன் நன்றாக இருக்கிறோம். நான் "அகமதாபாத்தில்" இருக்கும்போது, எனக்கு நிறைய விஷயங்கள் புரிய ஆரம்பித்தது. எப்படி பணத்தை பயன்படுத்துவது, என்னுடைய செயலற்ற நேரத்தில் புத்தகம் படிப்பது, புதிய நபர்களுடன் சேர்ந்து என்னை நான் முன்னேற்றிக் கொண்டேன். அதுதான் என்னு-டைய தன்னம்பிக்கை உயர்வதற்கு மேலும் உதவியது. இதை எதற்காக

சொல்கிறேன் என்றால் "நம் வாழ்க்கையில் எது நடந்தாலும் நன்மைக்கே என்று நன்றி உணர்வோடு" இருக்க வேண்டும் அப்போதுதான் மன நிம்-மதியோடு நம் வாழ்வு சிறக்கும்.

"புத்தகம் படிப்பது மற்றும் புதிய நபர்களுடன் சேர்ந்து என்னை நான் முன்னேற்றிக் கொண்டேன்"

இப்படி நாங்கள் பேசிக்கொண்டிருக்கும்போதே, ரயில் குகைப்பாதை வழி-யாக செல்ல ஆரம்பித்தது. எனக்கு மிகவும் மகிழ்ச்சி அவர் சொன்ன-தைக் கேட்டு அதை என் டைரியில் எழுதி வைத்துக் கொண்டேன்.

பின்பு அந்த R என்ன என்று அடுத்து ஆர்வமாக கேட்டேன்.

R - Responsibility

அதாவது பொறுப்பு என்பது நாம் ஒரு செயலை செய்வதற்கு மிகவும் அவசியம். இதை என்னுடைய மேலாளர் அய்யா திரு.ஜோஷி அவர்க-ளிடமிருந்து கற்றுக் கொண்டேன், அவர் பணியில் எப்போதுமே மிகவும் கண்டிப்புடன் இருப்பார். அன்றைய வேலையை அன்றே முடிக்க வேண்-டும் என்பதில் மிக உறுதியாக இருப்பார். அதேபோல் ஒரு வேலையை மிகவும் ஒழுங்கமைக்கப்பட்ட வழியில் செய்வார். தினசரி குழு கூட்டம் செய்வதிலிருந்து வாடிக்கையாளர் சந்திப்பு ஏற்பாடு செய்து அவர்களு-டன் பேசி நடக்க வேண்டிய வேலையை சரியாக திட்டமிட்டு செய்து முடித்து விடுவார்.

மற்றவர்களையும் பொறுப்புள்ளவர்களாக ஆக்க வேண்டும் என்றால் அவருடைய பெயரில் அறிக்கை தயார் செய்து அவர்களுக்கு மின்-னஞ்சல் அனுப்பி விடுவார் .அப்படி செய்யும்போது அவர்களுக்கு அந்த பயம், மற்றும் பொறுப்பு தானாக வந்துவிடும். அதை அவரிடம் இருந்து கற்றுக்கொண்டேன்.

அதுபோல நாங்கள் எங்கள் வீட்டில் ஒவ்வொரு வேலைக்கும் "குடும்ப உறுப்பினர்கள், ஆகிய நானும், என் மனைவியும், மற்றும் பையனும் ஒவ்வொரு பொறுப்பாக தேர்வு செய்து ஏற்றுக் கொள்வோம்". அதாவது அதை நாங்கள் ஒவ்வொரு காலாண்டுக்கு ஒரு முறை மாற்றி அமைத்துக் கொள்வோம்.

எடுத்துக்காட்டாக "சமையல் வேலை, வீடு சுத்தம் செய்தல், பொருள் வாங்குதல், உறவினர்களுடன் பேசிக்கொள்ளுதல், மாத வெளியூர் செல்வதற்காக டிக்கெட் முன்பதிவு, போன்ற எல்லா வகையான நிகழ்வுகளுக்கும் ஒரு வரைவு திட்டம் போட்டு, அதை பிரிண்ட் எடுத்து வைத்துக் கொள்வோம்".

அதன்படியே நாங்கள் பின்பற்றி ஒவ்வொரு காலாண்டு முடிவிலும், ஒருமுறை நேரம் ஒதுக்கி எல்லோரும் ஒன்றுகூடி அந்தக் காலாண்டில் கற்றுக் கொண்ட பாடம் என்ன? அதில் இன்னும் எப்படி நடக்க வேண்டும்? அப்படி நடந்தால் எப்படி நன்றாக செய்ய முடியும், என்பதை பகிர்ந்து கொள்வோம். இதன் மூலம் நாங்கள் மேலும் அந்த விஷயங்களை பற்றி தெரிந்து கொள்வோம்.

இப்போது எனக்கு மேலும் உற்சாகம் அதிகமாக ஆகி விட்டது. இன்றைய சூழ்நிலையில் எவ்வளவோ தொழில்நுட்பம் வளர்ந்த போதும், பின்பற்றாத பல விஷயங்களை, நீங்கள் அந்த காலத்திலேயே செய்திருப்பது கண்டு நான் மிகவும் ஆச்சரியப்படுகிறேன். ஐயா மேலும் எனக்கு அடுத்த எழுத்து "O" பற்றி சொல்லுங்கள் என்றேன். நல்லது ராகவன் இப்போது சற்று ஓய்வு எடுக்க வேண்டும், எனச் சொன்னார். அப்போது அந்த தொடர்வண்டியில், டீ விற்றுக்கொண்டு ஒரு நபர் வந்தார், இருபது ரூபாய், இருபது ரூபாய் என தமிழ், ஆங்கிலம் மற்றும் ஹிந்தி என பல மொழிகளில் சொல்லிக்கொண்டு வந்தார். நான் நாகராஜன் அய்யாவிடம் கேட்டுவிட்டு மூணு பேருக்கும் தேநீர் வாங்கி கொடுத்தேன்.

அதற்கு நான் பணம் கொடுக்க முன் வந்தேன், ஆனால் அதற்கு அவர் ஒத்துக்கொள்ளவில்லை, நாங்கள் எங்களுக்கு கொடுத்து விடுகிறோம், நீங்கள் உங்களுக்கு கொடுத்துவிடுங்கள் என்றார். ஏன்? என்று கேட்டதற்கு பணம் என்பது மிகவும் இன்றிமையாதது. நம் வாழ்வில் நாம் அதை அளவோடு மட்டுமே செலவு செய்ய வேண்டும்.

O-Observation

இதை எனக்கு "அகமதாபாத்தில்" நடந்த சம்பவம் எனக்கு உணர்த்தியது. அப்போது நான் அந்த ஊருக்கு சென்றிருந்த சமயம், என் மாத சம்பளம் கை நிறைய இருந்தது. மாதச் செலவு போக எப்படியும் 2000 வரை சேமிக்கலாம், ஆனால் நான் அதை செய்யவில்லை. என்னுடன் வேலை பார்த்த அங்கு இருக்கின்ற நண்பர்கள், எல்லோரும் எப்போதும்

சேமித்து விட்டு, மீதி இருக்கும் பணத்தை செலவு செய்தார்கள்.

நானோ மகிழ்ச்சியாக செலவு செய்துவிட்டு, பின் ஏதோ குறைவாக சேமிக்கத் தொடங்கினேன். நான் முன்பு சொன்னேனே ஒருமுறை மயங்கி விழுந்துவிட்டேன், என்று அப்போது மருத்துவமனைக்கு கட்டு- வதற்கு 3000 ரூபாய் தேவைப்பட்டது, ஆனால் அப்போது என்னிடம் பணம் இல்லை.

அந்த நேரத்தில் அவசரத்திற்கு என் மனைவியின் அண்ணனிடம் தான் பணம் கேட்டேன். அவர் எப்படியோ அவரின் நண்பரிடமிருந்து இருந்து வாங்கி தந்தார். அந்த நிகழ்வில் இருந்து பணம் என்பது நம் வாழ்க்கைக்கு மிகவும் முக்கியமானது ஒன்று என்பதை புரிந்து கொண்- டேன்.

அதை சேமித்து விட்டு பின் செலவழிக்க கற்றுக்கொண்டேன். இப்- படி எல்லாம் நன்மை தீமைகளையும் நாம் கவனித்து நோக்க கற்றுக் கொண்டால், நாம் நம் வாழ்க்கையில் உயர்வதை யாராலும் தடுக்க முடி- யாது. நானும் தேநீரை பருகி கொண்டே அவர் சொன்னதை கேட்டு என்னுடைய டைரியில் எழுதி வைத்துக்கொண்டேன் கொண்டேன். அப்- போது தான் எனக்கு உறைத்தது பணம் என்பது மிக அவசியம் வாழ்க்- கையில் உயர்ந்து வாழ்வதற்கு...

இப்படியே பேசிக் கொண்டிருக்கையில் என்னவோ தெரியவில்லை, அந்தக் கோடை காலத்தில் திடீரென்று மழை பெய்யத்துவங்கியது தொடர்வண்டி ஊர்ந்து சென்று கொண்டிருந்தது, மழையை கண்ணாடி வழியே அனைவரும் ரசித்துக்கொண்டே தூங்கிவிட்டோம்.

நான் நீண்ட நாட்களுக்கு பிறகு மகிழ்ச்சியில் தூங்கிக் கொண்டிருந்- தேன். என்னுடைய உடம்பில் புது ரத்தம் மற்றும் புது தெம்பு வந்தது போலிருந்தது.

என்றுமில்லாமல் அன்று மதியம் நானும் தூங்கிவிட்டேன். மாலையில் சுமார் நான்கரை மணிக்கு எழுந்து கொண்டேன், இப்போது நாகராஜன் அய்யா அவர்கள் எழுந்து கொள்வதற்காக காத்துக்கொண்டிருந்தேன். எப்படி என்றால், ஒரு சிறு குழந்தை ஐஸ்கிரீம் அல்லது சாக்லேட் வாங்கி வருவார் அப்பா என்று காத்திருப்பது போல. அவரும் நாலரை மணிக்கு எழுந்தார்.

அவர் முகத்தில் மிக்க சந்தோசம், நான் ஆர்வத்துடன் அவரிடம் அடுத்த வார்த்தை என்ன? என்று கேட்க, அவரும் இதோ நான் வந்-

துவிடுகிறேன், என்று தன் முகம் கழுவ சென்றார். இப்படி அவரிடம் பேசிய இரண்டு நாட்களில் மகிழ்ச்சியில் நான் எடுத்து சென்றிருந்த மது-வையும் புகையையும் மறந்துவிட்டேன்.

என்னை நோக்கி அவர் முகம் கழுவி புத்துணர்ச்சியோடு வந்து தன் இருக்கையில் அமர்ந்தார், இப்போது அவர் பேச ஆரம்பித்தார்.

W - Work Hard

என்று சொன்னார். அதாவது, நம் வாழ்க்கையில் இறைவன் நமக்கு இந்த ஆரோக்கியமான உடலை தந்திருப்பது, நன்றாக உழைத்து,நாமும் நன்றாக இருந்து கொண்டு, நம்முடன் இருப்பவர்களை நன்றாக பார்த்-துக் கொள்வதற்கு மட்டுமே அல்லவா? என்றார், நானும் அதை ஆமோதித்தேன்.

அதை நான் ஒரு நாள் ஒரு கால்கள் இல்லாத மாற்றுத்திறனாளி நபரிடமிருந்து புரிந்து கொண்டேன்.

நான் அகமதாபாத்தில் வேலை செய்யும் போது பணி நிமித்தமாக மும்பை செல்ல வேண்டி இருந்தது, அன்று மாலை இதே போல் ஒரு ட்ரெயின் பிரயாணம். அதாவது, பத்தரை மணிக்கு அந்த புகை வண்டி கிளம்பியது, காலையில் ஐந்தரை மணி சுமாருக்கு "போரிவலி" என்ற மும்பையில் இருக்கும் இடத்தை சென்று அடைந்தது.

அப்போது அந்த காலை வேளையிலும் நகர்ப்புற ரயிலில் சொல்ல முடியாத அளவு மக்கள் கூட்டமாக இருந்தது. அங்கே ஒரு நபர் தன் கால்களைக் கொண்டு நடக்க முடியாமல், தன் கைகளால் ஊன்றி நடந்து வந்து, அந்த நகர்புற ரயிலில் ஏறினார், அதை பார்த்த எனக்கு ஏதோ என் மனம் நெருடியது அவரிடம் கேட்கத் தோன்றியது.

நீங்கள் ஏன் இப்படி கஷ்டப்பட வேண்டும்? ஏதாவது அரசு அலு-வலகத்தில் நல்ல வேலை கேட்டு சேர்ந்து கொண்டால் அவர்களே உங்-களை நன்றாக பார்த்துக் கொள்வார்கள் அல்லவா? அதற்கு அந்த நபர் சொன்னார் ஐயா, கடவுள் எனக்கு காலை கொடுக்கவில்லை என்றாலும் கைகள் மூலம் தன்னம்பிக்கை கொடுத்திருக்கிறார்.

அவருடைய அந்த வார்த்தைகளின் மூலம், நாம் நமது வாழ்க்கை-யில் முன்னேற வேண்டுமெனில் நம்பிக்கையும், கடின உழைப்பும் மிகவும் அவசியம் என்பதை புரிந்து கொண்டேன்.

அதை கேட்ட நானும் மனதில் நம்பிக்கையை வளர்த்துக் கொண்-டேன். இப்போது மாலை நேரமாகி இருந்தது, நாங்கள் இருவரும் பேசிக்

கொள்வதை மாலினி அவர்களும் கேட்டுக் கொண்டிருந்தார்கள். அவர்-
கள் ப்ளாஸ் கில் எடுத்து வந்த தேநீரை இருவக்கும் கொடுக்க, நான்
ஒரு சந்தேகம், ஐயா கேட்கலாமா? என்றதற்கு அவரும் கேளுங்கள்
என்று சொல்ல, நான் இந்த டிக்கு எவ்வளவு தரவேண்டும்? அதற்கு
நாகராஜன் அவர்கள் நமது வீட்டில் செய்த உணவிற்கு பணம் கொடுக்-
கத் தேவையில்லை. அதுவும் என் மனைவி கையால் செய்த டிக்கு
வெளியே எந்த ஒரு ஈடு இணை இல்லை என்றார், எனக்கோ மிகவும்
ஆச்சரியம்.

2
READ

❧

பொறாமை மற்றும் ஈகோ இல்லாமல் நீங்கள் எப்படி இவ்வளவு மகிழ்ச்-சியாக இருக்கிறீர்கள், எனக்கு சொல்ல முடியுமா? ஏனென்றால் நானும் என் மனைவியும் பேசும் போது பல நேரங்களில் இவை இரண்டும் தலைதூக்கி விடுகிறது. அதனால் பல நேரங்களில் எங்களுக்குள் சண்-டைகள் நடக்கிறது

அதற்கு நாகராஜன் ஒரு நிகழ்வை பகிர ஆரம்பித்தார். நான் என் அலுவலக மேலதிகாரியை பற்றி சொன்னேன், அல்லவா அவர்தான் எனக்கு இதற்கு முன் உதாரணம்.

அவர் தன் வேலையில் மிகவும் உறுதியாக இருப்பார் என்று சொன்-னேன் அல்லவா, அதேபோல் மிகவும் கோபம் கொள்பவர். ஒரு வேலை-யைச் சொல்லிவிட்டு அதை அந்த நேரத்தில் முடிக்காவிட்டால், அவரி-டமிருந்து திட்டு வாங்குவதிலிருந்து தப்பிக் கொள்ள முடியாது. ஞாபக சக்தி கூட அவருக்கு எப்போதும் அதிகமே. வேலை பார்ப்பவர்கள் உடன் மிகக்கடு கடு என்று இருப்பார். ஆனால், கொடுக்கப்பட்ட வேலைகளை 100% நடத்தி தந்து முடிவுகளை தந்துவிடுவார். எங்க-ளையும் அதுபோல செய்ய வைத்து விடுவார்

நான் ஒருமுறை அவர் வீட்டிற்கு சென்றிருந்தேன், அவர் வீட்டு வாசலில் "Remove your ego and footwear" என்று எழுதி இருந்தது.

அதை கண்டதும் என் மனதில் ஒரு கேள்வி எழுந்தது. எதற்கு இப்படி எழுதி வைத்திருக்கிறார், என்று எண்ணிக் கொண்டே உள்ளே

சென்றேன். உள்ளே சென்றதும் அலுவலகத்தில் பார்க்கின்ற மேல் அதி-காரிக்கும் வீட்டில் பார்க்கும் கிட்டத்தட்ட 200 சதவீதம் வித்தியாசம். நான் அப்படியே மலைத்துப் போய் பிரமிப்போடு அவரைப் பார்த்து உட்-கார்ந்தேன்.

அப்போது அவரின் மனைவி எனக்குச் சுட சுட இஞ்சி டீ எடுத்து வந்து கொடுத்தார்கள். இதற்கிடையில் நான் அந்த டீயை குடிக்கும் போது, என் மனதில் எழுந்த சந்தேகத்திற்கு விடையை, அவரிடம் கேட்-கலாமா? என்று யோசனையாக இருந்தது. அது அவருக்கு எப்படியோ புரிந்தது, என்னிடம் கேட்டார் என்ன ஏதோ உங்கள் மனதில் ஓடிக் கொண்டிருப்பது போல தெரிகிறது, அதற்கு நான், ஆம் ஐயா நான் அதை உங்களிடம் கேட்கலாமா என தயங்கி தயங்கி கேட்க ஆரம்பித்-தேன்.

அலுவலகத்தில் பார்க்கும் உங்களுக்கும் வீட்டில் பார்க்கும் உங்க-ளுக்கும் 200% வித்தியாசம், இது எப்படி? என்ற ஒரு கேள்வி. அவர் என்னிடம் இது நல்ல கேள்வி என்று சொன்னார்.

அதாவது அலுவலகம் என்பது வேறு, இல்லம் என்பது வேறு. அலு-வலகத்தில் நான் இல்லாவிட்டாலும், வேலை நடக்க வேண்டும், வீடு என்பது அப்படி அல்ல, வீட்டில் நான் மிகவும் முக்கியம். எப்போது வீட்-டுக்கு உள்ளே காலடி எடுத்து வைக்கிறோமோ, அப்போதே நான் என்-னுடைய பாதணிகள் மற்றும் தலைக்கனத்தை, வெளியே கழற்றி வைத்து விட்டு விடுவேன். அதை மறந்து போகக் கூடாது என்பதற்காக அதை வெளியே எழுதி வைத்துள்ளேன்.

நான் அதை பார்த்தேன் என்றால் "EGO" இல்லாமல் இருப்பது எப்படி என எனக்கு சொல்லித் தர முடியுமா? என்று கேட்டேன் அவரும் சரி என்று சொல்ல ஆரம்பித்தார்.

எனது கையில் இருந்த இஞ்சி டீயை பருகிக் கொண்டே மிகவும் ஆர்வத்துடன் கேட்க ஆரம்பித்தேன். அதாவது "Book" என்றால் என்ன? தெரியுமா என்று கேட்டார், அதற்கு நான் நாம் படிக்கும் புத்த-கம், அதில் நாம் நம் அறிவை வளர்த்துக் கொள்ளலாம், என்று சொன்-னேன் அதற்கு அவர் மிக மிகச் சரி என்றார்.

அதாவது Book ="Best of others knowledge", அதாவது ஒரு புத்தகத்தின் விலை என்னவோ 20 ரூபாயிலிருந்து அதிகபட்ச

விலை வரை கிடைக்கும். ஆனால் அந்த புத்தகத்தில் அவர்கள் தன் வாழ்க்கையில் நிகழ்ந்த சோதனையான நேரத்தை எப்படி கடந்து வந்தார்கள் என்பதை தெரிந்து கொள்வோம்.

"Read"

என்பது என்ன? படிப்பது சரிதானே, அந்த **"Read"** என்ற வார்த்தையிலேயே அதன் பயன்கள் சில இருக்கிறது, நான் உனக்கு சொல்லட்டுமா? எனக்கேட்டார் கேட்டார் நானும் அதைக் கேட்க மிக ஆவலாக இருக்கிறேன் ஐயா, அந்த நேரத்தில் டீயை குடித்து முடித்து இருந்தேன். இப்போது அவர் சொல்ல ஆரம்பித்தார்.

<u>Realize:</u>அதாவதுநாம்மிகப்பெரிய ஆளுமைகளானவிவேகானந்தரோஅல்லது ஆப்ரஹாம்லிங்கனைபோன்றவர்களையோ பற்றி படிக்கும்போது, அவர்கள் வாழ்க்கையில் நடந்த சோதனையான நேரத்தை எப்படி அவர்கள் கடந்தனர், என்பதை நாம் கண்கூடாக தெரிந்து கொள்ளலாம்.

உதாரணமாக நாம் நினைப்பது என்னவென்றால் ஒரு புத்தகத்தை படிப்பதற்கு முன்னால் நம்முடைய பிரச்சனைகளோ சோதனைகளோ பெரியதாக தெரியலாம், ஆனால் மிகப்பெரிய வரலாற்று தலைவர்களைப் பற்றி படிக்கும்போது நம்முடைய பிரச்சனைகள் எல்லாம் அதில் 0.00001 சதவீதம் கூட இருக்காது என்பதை நான் புரிந்து கொண்டேன்.

இதை ஒரு நகைச்சுவையான கதை மூலம் அவர் விளக்கினார் .ஒரு நாள் நீண்ட தவம் இருந்தார், அவரின் தவத்தை மெச்சி கண்முன்னே ஒரு தேவதை தோன்றியது. தேவதையே என்னுடைய பிரச்சனைகள் மற்றும் கவலைகளை தீர்ப்பதற்காக நான் நீண்ட தவம் இருக்கிறேன். நீங்கள் என் கண்முன் தோன்றியதற்கு மிக்க நன்றி, என தன் பிரச்சனைகளை அடுக்க ஆரம்பித்தார்.

உன்னுடைய தவத்தை நான் மெச்சுகிறேன் அதனால் உன் கண்முன் தோன்றி இருக்கிறேன். உனக்கு என்ன வரம் வேண்டும்? என கேட்டது அந்த தேவதை. அதற்கு அவர் அதில் என்னுடைய வாழ்க்கையில் தினந்தோறும் மிகவும் அதிகமான பிரச்சினைகள், அதனால் கவலைகள் வருகிறது. அதில் இருந்து என்னைக்காப்பாற்றித் தாருங்கள் தாருங்கள், என்று அந்த தேவதையிடம் கேட்டார்

சரி என்று சொன்ன தேவதை, நான் உனக்கு ஒரு வரம் தருகிறேன், என்னால் உன் பிரச்சினைகளை முழுவதுமாக நீக்குவதற்கு எனக்கு அதிகாரம் இல்லை. ஆனால் நீ உன் பிரச்சனைகளை மாற்றம் செய்-துகொள்ளலாம், என்றும் கேட்டார். இன்று இரவு அதே ஊரில் இருக்-கக்கூடிய ஒரு திடலிற்கு இரவு சரியாக ஒன்பது மணிக்கு வந்துவிடு, அங்கே நாம் உங்களுடைய பிரச்சனைகளை மாற்றம் செய்துகொள்ள-லாம் எனச் சொன்னது அந்த அழகான தேவதை.

அந்த நபரும் வாழ்வில் மகிழ்ச்சி களத்தில் குதித்து விளையாடி இரவு 9 மணிக்கு காத்துக் கொண்டிருந்தார். இரவு சரியாக 9 மணிக்கு பிரச்சனைகளை மாற்றம் செய்வதற்காக தேவதையிடம் விண்ணப்பம் செய்த 100-120 நபர்கள் அங்கே குழுமியிருந்தனர்.

அவனும் அங்கே வந்து சேர்ந்தான் வந்தவுடன் தேவதை எல்லோ-ருக்கும் முன் தோன்றி, இப்போது இங்கு இருக்கக்கூடிய மின் விளக்-குகள் அனைத்தும் அணைக்கப்படும். நீங்கள் உங்கள் கவலைகள் மற்-றும் பிரச்சினைகளை மாற்றம் செய்துகொள்ளலாம் என்று சொன்னதும் அவனுக்கு அளவுகடந்த மகிழ்ச்சி! தன்னுடைய பிரச்சனைகளை எடுத்-துக்கொண்டு, தன் பக்கத்தில் இருக்கக்கூடிய ஒவ்வொருவரிடம் இருக்-கக்கூடிய பிரச்சினைகளோடு மாற்றம் செய்ய முயற்சி செய்து கொண்டி-ருந்தான்.

ஆனால் அப்புறம் தான் அவனுக்குத் தெரிந்தது, அவனுடைய பிரச்-சனைகள் தான் மிக மிகக் குறைவு. மற்றவர்களுடைய பிரச்சனைகளோ மிக மிக அதிகம். இப்போது அந்த தேவதையைத் தேடி ஓடி, அடுத்-தவர்களுடைய பிரச்சனைகள் என்னுடையதை விட மிக அதிகமாக இருக்கிறது அதனால் எனக்கு என்னுடைய பிரச்சினைகளே போதும் என்று தேவதையிடம் மன்றாடிக் கேட்டான். இது என்னமோ நகைச்-சுவையாக இருந்தாலும், நம்முடைய நடைமுறை வாழ்க்கையில் இப்-படித்தான் நிறைய பேர் நினைத்துக் கொண்டிருக்கிறோம். ஆம் என்று ஆமோதித்து விட்டு மற்ற எழுத்துக்களைப் பற்றி எனக்கு தயவு செய்து சொல்லுங்கள் என்று ஆர்வத்துடன் கேட்க, சரி என்று அவரும் சொல்ல ஆரம்பித்தார், ஆனால் அதற்கு முன் நீ ஒரு உறுதி அளிக்க வேண்-டும், எங்கள் வீட்டிலேயே இரவு உணவு நீ சாப்பிட வேண்டும், அப்-போதுதான் அதை நான் சொல்ல முடியும் என்றார். நானும் சரி என்று சொல்லிவிட்டேன்.

Empathy — Egoless:

புத்தகம் படிக்கும் போதும் எழுதும் போதும் நாம் அந்த கதாபாத்திரங்களோடு ஒன்றி பேச ஆரம்பிப்போம். அதனால் நமது கற்பனை சக்தி வளர்வதோடு, நம்முடைய பச்சாதாபம் அதாவது அவர்களைப் பற்றி யோசிக்க ஆரம்பிப்போம். அதாவது அவர்களின் இடத்தில் இருந்து கொண்டு எப்படி யோசிப்பது என்று. அதை நான் என்னுடைய வாழ்க்கையிலும் உணர்ந்து கொண்டேன், Empathy — Egoless என்பது இதன் மூலமாகத்தான் வந்தது. அதனால் தான் அதைஎங்கள் வீட்டு வாயிலில் எழுதி வைத்திருக்கிறேன்

அதாவது சமீபத்தில் எடுத்த ஆராய்ச்சியின் முடிவு மூலமாக 20 முதல் 30 சதவிகிதம் திருமணங்கள் விவகாரத்தில் முடிவதற்கான காரணம், இந்த Ego தான், அதை Empathy மூலம் மாற்ற முடியும். நானும் அதை ஆமோதித்தேன் மற்றும் அதை கடைப்பிடிப்பேன் என உறுதி பூண்டேன்.

அந்த நேரத்தில் இரவு சிற்றுண்டி தயார் ஆகி விட்டது. அது அந்த மாநிலத்தின் ஸ்பெஷல் உணவு போஹா, அதாவது அவல் வைத்து செய்யக்கூடிய ஒரு சிற்றுண்டி. அதில் நிலக்கடலை, தக்காளி, மிளகாய், கேரட், உருளைக்கிழங்கு எல்லாம் கட் பண்ணி மிகவும் மணக்க மணக்க வந்து சேர்ந்தது மேலும் ஒரு தேநீர் கொடுத்தனர்.

அதை ரசித்து சாப்பிட்டுக் கொண்டே, அவரிடம் அந்த மூன்றாம் எழுத்து "A" பற்றி கேட்டேன்.

Affirmation:

புத்தகங்கள் படிக்கப் படிக்க நம் மனதில் உறுதியான எண்ணங்கள் வளர ஆரம்பிக்கும், பெரிய பெரிய தலைவர்கள் அவர்கள் வாழ்க்கையில் நடந்த சோதனைகளின் போது எவ்வாறு உறுதியாக இருந்தார்கள், அதை நாம் படித்து தெரிந்து கொள்ளும் போது நம்முடைய வாழ்க்கையிலும் எப்போதெல்லாம் சோதனைகள் வருகிறதோ, அவைகள் எல்லாம் நம்மை உருவாக்க கடவுள் நமக்கு கொடுக்கும் ஒரு வாய்ப்பு என்பதை நான் தெள்ளத் தெளிவாக புரிந்து கொள்ளலாம். புத்தகங்கள் படிக்கப் படிக்க உள்ளத் தெளிவும், உடல் மற்றும் மன உறுதியும் அதிகரிக்கும் மற்றும் வெற்றி வெற்றிக்கனியை பறிப்பது எளிதாக அமையும்.

Daring:

நாம் சில நேரங்களில் நம்முடைய வாழ்வில் புதியதாக செயல்களைச் எல்லாம் செய்யாமல் இருப்பதற்கு என்ன முக்கியமான காரணம் என்ன? என்னிடம் வினைவினார், அதற்கு நான் தோல்வி பயம் தானே, அதற்கு அவர் ஆம் நூறு சதவீதம் நாம் பயன் கொள்வதே தோற்று விடுமோ, என்றுதான். அதாவது அடுத்தவர்கள் என்ன சொல்வார்களோ, என்று.

புத்தகங்கள் படிக்கும் போது அவர்கள் அடைந்த தோல்வி மற்றும் அவர்கள் அதை கடந்த விதம் பற்றி அதிகமாக தெரிந்து கொள்ளும் போது, நம்முடைய வாழ்க்கையில் இருக்கக்கூடிய தோல்விகள் எல்லாம் ஒன்றுமே இல்லை மற்றும் அதை நாம் கடந்து முன்னே செல்வதற்கு என்னென்ன வழிகள் இருக்கிறது என்பதை நாம் தெளிவாக புரிந்து கொள்வோம்.

இப்படி நாம் தொடர்ந்து படித்து வரும் போது, தோல்வி பயம் நம்மை விட்டுச் சென்று, வெற்றி பயணம் மட்டும் தான் நம்முடைய கண்களுக்கு தெரியும், உள்ளத்தில் குடி கொள்ள ஆரம்பிக்கும்.

எந்த ஒரு வெற்றியும் உடனடியாக பெறப்பட்டது இல்லை என்ப-தையும், பலவிதமான படிகளை கடந்து தான் வெற்றிபடிக்கட்டை நாம் அடையமுடியும். இதை நான் தெள்ளத்தெளிவாக புத்தகங்கள் வாயிலாக அறிந்து கொண்டேன். அவர் சொல்லி முடிக்கும் போது இரவாகிவிட்-டது. அப்போது அவரிடம் சொல்லிவிட்டு என்னுடைய வீட்டுக்கு கிளம்ப தயாரானேன்.

நான் மெதுவாக கிளம்பி வீட்டுக்குச் சென்றேன். என் மனைவியிடம் அங்கே நடந்ததை சொன்னேன். தினமும் எங்களிடம் ஒரு நல்ல பழக்-கம், இரவில் தூங்குவதற்கு முன்பாக குறைந்தது 10 முதல் 15 நிமிடங்-கள் அந்த நாளில் நடந்த நிகழ்வுகளை அவள் சொல்ல, நானும் நான் சொல்ல அவரும் கேட்டுக் கொள்வோம். எதுவும் எதிர்த்தோ மறுத்தோ பேச மாட்டோம். இதைக் கேட்ட ராகவன் வியந்து போய் உட்கார்ந்தி-ருந்தான்.

அவர் சொல்லக் கூடிய ஒவ்வொரு குறிப்புகளையும் தெளிவாக தன்-னுடைய குறிப்பேட்டில் எழுதி வைத்துக் கொண்டான். அச்சமயத்தில் இரவாகி விட்டால் இரண்டாம் நாள் இரவு வணக்கம் சொல்லி விட்டு, ஏதோ அன்றுதான் நீண்ட நாட்களுக்கு பிறகு தன் வாழ்க்கையின் அர்த்தம் புரிந்தது போல் உறங்கச் சென்றேன்.

அப்போதும் நாகராஜன் அய்யாவிடம் ஐயா இன்னும் ஏதாவது சூத்-திரங்கள் இருக்கிறதா? என மன ஆர்வத்துடன் கேட்டேன்.

அதற்கு அவர் இன்னும் சில உள்ளது அதை நான் மிஞ்சிய நாள் பயணத்தில் பகிர்ந்து கொள்கிறேன் எனச் சொன்னார்.

அதைக் கேட்டு விட்டு தூங்கச் சென்றேன், இப்போது உண்மை-யிலேயே என்னுடைய கண்களில் ஆனந்தக் கண்ணீர் தழும்பி வழிந்-தது. என்னுடைய மனைவியின் நல்ல குணங்களை காணாது, அவளை திட்டியதையும் அடித்ததையும் நினைத்து வெட்கப்பட்டு தலை குனிந்-தேன். இனி ஒருநாளும் அப்படி இருப்பதில்லை எனவும் எப்போதும் எந்த ஒரு சூழ்நிலையிலும் மகிழ்வாகவும் இருப்பதாக முடிவெடுத்தேன். அப்படி நினைத்துக் கொண்டே தூங்கி விட்டேன்.

தூங்கிக் கொண்டிருந்த பல மக்களின் இனிய இரவு பயணத்தை பாதுகாப்பாக, அந்த ரயில் பெட்டிகள் தவழ்ந்து எடுத்துக் கொண்டு சென்றது. கும்மிருட்டில் புகைவண்டி இருளைக் கிழித்துக் கொண்டு செல்வது கார்கூந்தல் நடுவில் செல்வது போல இருந்தது. பாதுகாப்பான பயணத்தை நடத்திச் செல்லும் அந்த ரயிலின் ஓட்டுனருக்கு தான் எல்-லோரும் தங்களுடைய நன்றியை முதற்கண் தெரிவிக்க வேண்டும். இரவு இன்பமாய் கழிந்தது.

3
Start, Stop &
Continue

மறுநாள் காலையில் வழக்கம்போல ஐந்து மணிக்கெல்லாம் நாகராஜன் எழுந்து விட்டார், அதனால் மற்றவர்கள் தூக்கம் கெட்டு விடக் கூடாது என்பதற்காக வெளியே வந்து காரிடாரில் உட்கார்ந்து கொண்டார். பின்பு அங்கே அவர், யோகா மற்றும் தியான பயிற்சி மேற்கொண்டார். அவர் எப்போதுமே குறைந்தது 30 முதல் 45 நிமிடம் காலையில் தன் உடலைக் கவனித்துக் கொள்வது வழக்கம்.

எனக்கு இந்த ரயில் பயணம் புதியது மற்றும், நீண்ட நாட்களுக்குப் பிறகு நிம்மதியாக உறங்கியதால், நானும் காலை 5 மணிக்கெல்லாம் எழுந்து கொண்டேன். நான் எப்போதும் வீட்டில் இருக்கும்போது எழுந்து கொள்ளும் நேரம் 6 இலிருந்து 7 மணி, அன்று காலையில் முதல் நாள் கிடைத்த உற்சாக தூக்கத்தினால் எனக்கு சீக்கிரம் எழுந்து கொள்ள வேண்டும் போல இருந்தது.வெளியே வந்து பார்த்தபோது நாகராஜன் அய்யா, தலை கீழே நின்று சிரசாசனம் பண்ணிக்கொண்டு இருந்தார் அதைப்பார்த்த நான் புல்லரித்துமலைத்துப் போய் நின்றிருந்தேன்.

அவரிடம் உங்களால் எப்படி இந்த வயதிலும் இப்படி செய்ய முடிகி-றது? என்று கேட்பதற்காக நின்றுகொண்டிருந்தேன். அவர் நான் பார்ப்-பதை புரிந்து கொண்டு புரிந்துகொண்டு ஏன் இப்படிப் பார்க்கிறீர்கள் என்றதும் இந்த வயதிலும் இப்படி செய்ய முடிகிறது என்று கேட்டேன்.

அதற்கு அவர் Adopt என சொன்னார் அவனுக்கு விளங்க-வில்லை, அவரிடம் சிறிது விளங்கும்படியாக சொல்ல முடியுமா? என்று கேட்டேன். அவரும் சிறிது நேரம் காத்திருங்கள், நான் காலை கடன்-களை முடித்து விட்டு விட்டு 7 மணிக்கு உட்கார்ந்து பேசலாம் என்றார். நானும் சரி என்று சொல்லிவிட்டு என்னுடைய பணிகளைப் பார்க்க ஆரம்பித்தேன். நேரமும் 7 ஆனது இதற்கிடையில் மனைவிக்கு எப்-போதும் இல்லாமல் குட்மார்னிங் மெசேஜ் அனுப்பினேன்.அதற்கு பதில் வருமா? என பார்த்துக் கொண்டிருந்தேன். 7 மணி வரை வரவில்லை. அந்த சமயத்தில் நாகராஜன் ஐயா என்னை அழைத்து பார்க்க பக்கத்-தில் உட்கார சொன்னார். அதாவது Adopt பார்முலா என்றால் மூன்று விதமாக பகுதிகளைக் கொண்டது S S C

Start: உங்களுக்கு ஏதாவது ஒரு காரியம் தொடங்க வேண்டும், என்றால் அதை முதலில் யாருடைய அனுமதியும் இல்லாமல் தொடங்-கிவிட வேண்டும். உதாரணமாக உடற்பயிற்சி செய்வது, காலை சீக்கிரம் எழுந்து கொள்வது, சரியான நேரத்தில் உணவு உண்பது, குறித்த நேரத்-தில் அலுவலகத்திற்கு செல்வது மற்றும் வீட்டுக்கு வருவது. இது போன்ற நல்ல பழக்கங்கள்.

ஆரம்பித்தவுடன் குறைந்தது 21 நாட்களுக்கு தொடர்ந்து அதை சரிவர செய்ய வேண்டும். உடனே நான் அவரிடம் எதற்காக ஐயா 21நாட்கள் என கேட்டேன்? எதற்கு என்றால் ஒரு நாளைக்கு நம் மனதிற்குள் எத்தனை எண்ணங்கள் வரும் என்று தெரியுமா? என்றதும் நான் சில வினாடிகள் யோசித்துவிட்டு 8000 முதல் 10000 வரை என்றேன், அதற்கு அவர் இதைப் பற்றி பலவிதமான ஆராய்ச்சிகள் மேற்கொண்டு அதன் முடிவுகளின்படி கிட்டத்தட்ட ஒரு நாளைக்கு "65 ஆயிரம் எண்ணங்கள்" வரை வரக்கூடும்.

அதில் எத்தனை சதவீதம் மறுமுறை வரும் என்று தெரியுமா? இல்லை என்றேன். 5%, முதல் நாளில் நடந்த நிகழ்வுகளில் இருந்தும் மீதி 95% புதிய நினைவுகளோடும், அதாவது ஏதாவது ஒரு புதிய நிகழ்வை தொடங்கினால் இருபத்தொரு நாட்கள் செய்யும்போது இரு-பதை ஐந்தால் பெருக்கினால் 100 வரும் அல்லவா? மற்றும் 21 நாள் அது நமக்கு பழக்கமாக மாறி விடும்.

அதனால் தான் இருபத்தோரு நாட்கள் செய்ய சொல்கிறார்கள். எனக்கு அப்போது மிகத் தெள்ளத் தெளிவாக புரிந்து கொண்டேன். இடையிடையே அப்போது என்னுடைய மொபைல் போனையும் பார்த்துக்கொண்டேன். மனைவியிடம் இருந்து ஏதாவது மெசேஜ் வருகிறதா? என்று.

நல்ல விஷயமாக நான் இன்று என் மனைவிக்கு நீண்ட நாட்களுக்குப் பிறகு குறுஞ்செய்தி அனுப்பி உள்ளேன். அதற்கான பதில் எதிர்பார்த்து காத்துக் கொண்டு இருக்கிறேன், அதற்கு அவர் எதற்காக குறுஞ்செய்தி? போன் செய்து பேசுங்கள் என்றார். அதற்கு சிறிது தயக்கமாக இருக்கிறது. வரும்போது திட்டி அடித்து விட்டு வந்து விட்டேன், அதனால் என் மனைவி போனை எடுப்பாளா மாட்டாளா என சந்தேகம்.

கவலைப்படாதீர்கள் முயற்சி செய்யுங்கள் எப்படியும் மனம் மாறுவார்கள். அதைக் கேட்டு விட்டு மனைவிக்கு மொபைல் போனில் நம்பரை டயல் செய்தேன், ஆனால் எடுக்க வில்லை, இப்போதும் மனம் தளராமல் திரும்பவும் கால் பண்ணி பாருங்கள், என்று சொன்னார். சரி நான் சிறிது நேரம் கழித்து போன் செய்யட்டுமா? என்று சொன்னதும். அவர் அடுத்த எழுத்தான S பற்றி சொல்ல ஆரம்பித்தார்.

S - STOP

அதாவது ஸ்டாப் நமக்கு ஒத்துவராத விஷயங்களை, எடுத்துக்காட்டாக புறம் பேசுதல், அதிகமாகக் கோபப்படுதல், உறவுகளை ஒதுக்குதல் இதுபோன்ற நிகழ்வுகளை நாம் நிறுத்திக் கொள்ள வேண்டும். ஐயா நான் இப்போது தெளிவாகப் புரிந்து கொண்டேன். இந்த நான்கு நாட்கள் பயணத்தில், மது அருந்துவதற்கும் புகைப்பிடிப்பதற்குமாக எடுத்துக்கொண்டு வந்து இருந்தேன். ஆனால் உங்களை சந்தித்த பிறகு அதை நான் உடனடியாக நிறுத்த வேண்டும் முடிவு செய்தவுடன் அதை நான் தொடவும் இல்லை. மிகச் சரியாக சொன்னீர்கள் ராகவன் இதுபோலவே நமக்கு ஒவ்வாத பழக்கங்களை ஒவ்வொன்றாக கண்டுபிடித்து நம் உடலுக்கும் மனதுக்கும் தீங்குகளை விளைவிப்பது என்றால் அதை நாம் நிறுத்திவிட வேண்டும்.

C- Continue:

நம்மிடம் இருக்கும் நல்ல பழக்கங்களை கண்டுபிடித்து, அதை நாம் சரியாக தொடர்ந்து செய்து வரவேண்டும். அப்படி நல்ல பழக்கங்களை நாம் சரிவர கவனித்து எழுதி வைத்துக்கொண்டு

கண்காணித்து மற்றும் பின்பற்ற வேண்டும். அப்படி செய்யும் போது நம்-மிடம் நல்ல மாற்றங்கள் வர வாய்ப்பு இருக்கிறது.

அந்தப் பயணத்தில் அவருடன் பேச ஆரம்பித்ததிலிருந்து எனக்கு மனதில் தைரியமும், அன்பும் அரவணைப்பும் குடும்ப வாழ்க்கையில் அதிகரிக்க முடியும் என்ற நம்பிக்கை வந்தது. இப்படி எங்களுடைய பயணம் இனிமையாகவும், ஒருவருக்கொருவர் மனம் விட்டுப் பேசிக் கொண்டதால் பெரும்பயன் கொடுத்தது. எங்களுக்கு நேரம் போவதே தெரியவில்லை. அடுத்த சூத்திரத்தை சொல்லும்படி கேட்டுக்கொண்ட-தற்கு, இப்போது நமக்கு உணவு வேளை நெருங்கி விட்டது, அதனால் இப்போது காலை உணவை முடித்து விட்டு பிறகு நாம் பார்க்கலாம். உணவு சரியான நேரத்தில் அருந்துவது எப்படி நம் உடம்பை உடம்பை எப்படி பாதுகாக்கும் அதுபோலவே நான் சொல்லக்கூடிய அடுத்த சூத்-திரம் நம்முடைய அடுத்த சூத்திரமும் "CARE" என்ற வார்த்தை கொண்டே அமைந்திருக்கிறது.

4
CARE

அதைக் கேட்டதும் மிக ஆர்வத்துடன் என்னுடைய காலை உணவை சாப்பிட ஆரம்பித்தேன். அதே வேளையில் அவர் அடுத்து என்ன சொல்லப்போகிறார் என்ற ஒரு ஆர்வமும் என் மனதில் இருந்து கொண்டிருந்தது. நாங்கள் அனைவரும் எடுத்து வந்திருந்த காலை உணவை ரசித்து ருசித்து சாப்பிட்டோம்.

என்னமோ, நான் அந்த இரண்டு நாட்களில் வாழ்க்கையின் அர்த்-தத்தை சிறிதுசிறிதாக புரிந்துகொள்ள ஆரம்பித்ததால், எனக்கு தண்ணீர் குடிப்பது கூட அமிர்தத்தை குடிப்பது போல் இருந்தது. சற்று நேரத்தில் நாங்கள் அனைவரும் சாப்பிட்டு முடித்து இருந்தோம்.

நான் அவரிடம் அடுத்த சூத்திரத்தை கேட்டுக் கொள்ள தயாராக இருந்தேன், அவரும் சொல்வதற்கு தயாரானார்.

<u>CARE-</u>

அவர் என்னிடம் C என்பது —

நாம் ஒருவரிடம் ஒரு விஷயத்தை சொல்வதற்கு என்ன பெயர்? என்று கேட்டார், நான் அவரிடம் "Communication" என்று சொன்-னேன். அது மிகச் சரி அதாவது ஒரு நிகழ்ச்சி நடக்கும்போது, நாம் எவ்வாறு தொடர்பு கொள்கிறோமோ அதைப் பொறுத்தே அதனுடைய விளைவுகள் அமையும்

நான் ஒருமுறை ஒரு மாபெரும் பேச்சாளர் சொல்லக் கேட்டேன். "E+C=R என்றால் Event + Communication = Result" இதை

நீங்கள் எங்கனம் பார்க்கிறீர்கள்? என்று கேட்டார்.

நீங்கள் சொல்வது என்னமோ எனக்கு மிகவும் சரியாக தென்படுகி‌றது. ஒவ்வொரு முடிவுகளும் நாம் எவ்வாறு தொடர்பு கொள்கிறோமோ, அதை பொறுத்துதான் அமைகிறது என்பது. ஆனால் இதை நீங்கள் எனக்கு ஏதாவது உங்களுடைய வாழ்க்கையில் நடந்த நிகழ்வுகளைக் கொண்டு, கதை மூலம் விளக்க முடியுமா? என்று கேட்டேன்.

சரி என்று அவரும் சொல்லிவிட்டு அவர் ஒரு கதை மூலம் அதை சொல்ல ஆரம்பித்தார்.

ஒரு வீட்டில் ஒரு சின்ன குழந்தை அவனுக்கு நான்கு வயது இருக்‌கும். அவன் அப்போது தான் புதிதாக பள்ளிக்குச் செல்ல ஆரம்பித்‌தான். முதல் நாள் பள்ளி சென்ற உடனே அங்கே அவனுக்கு எல்லா விஷயங்களும் புதியதாக இருந்தது, அதனால் என்ன செய்வது என தெரியவில்லை. அவனுக்கு மனதில் ஏதோ ஒரு பயம், ஆனாலும் அவனது வயது சிறுவர்களோடு விளையாடுவதில் மனம் குதூகலித்தான். ஒரு புறம் பயம் மற்றொரு புறம் மகிழ்ச்சியாக இருந்ததால், போகவா? வேண்டாமா? என்ற ஒரு மனநிலையில் இருந்தான் அச்சிறுவன்.

பள்ளி முடித்து அதே நாள் மாலையில் வீட்டுக்கு வந்ததும் அவனது அப்பா, அம்மாவிடம், நான் நாளை முதல் பள்ளி செல்ல மாட்டேன் எனக் கூறினான். அதைக் கேட்டதும் அவனுடைய அப்பா அம்மா, இருவரும் பயங்கர கோபம் கொண்டு நீ மாடு மேய்க்கத்தான் போகப் போகிறாயா? இத்தனை கஷ்டப்பட்டு சம்பாதித்து உனக்கு பள்ளி கட்‌டணமும் செலுத்தி, காலை உணவு எல்லாம் தயார் செய்து பள்ளிக்கு அனுப்பினால், புரிந்து கொள்ள மாட்டாயா? என்று கேட்டனர். அந்த 4 வயது குழந்தைக்கு அந்த வயதில் என்ன தெரியும். அந்த சிறுகு‌ழந்தை அவர்கள் இருவரும் சொல்வதைக் கேட்காமல்அடம் பிடித்துக் கொண்டே இருந்தது. அவனுடைய அப்பா அம்மா இருவரும் கோபத்‌தில் அவனை திட்டி விட்டு கோபமாக சென்று விட்டார்கள். அந்தச் சிறுவன் மிகவும் கவலை தோய்ந்த முகத்தோடு உட்கார்ந்திருந்தான்...

அந்த நேரம் வெளியே சென்றிருந்த பாட்டி வீட்டுக்கு வந்தார்கள், அவருக்கு வயது 65 இருக்கும். குழந்தை கவலை தோய்ந்த முகத்தோடு இருப்பதைக் கண்டு, வருந்தி அவனிடம் ஏன்? என்று கேட்க, அவன் நடந்த விஷயத்தைச் சொன்னான். கேட்டதும் பாட்டி இவ்வளவு தானா? நீ ஒன்றும் கவலைப்படாதே, நான் உனக்கு ஒரு விஷயம் சொல்கிறேன்.

என பக்கத்தில் இருந்த பூங்காவிற்கு அழைத்துச் சென்றார். அங்கே அச்சிறுவனை முதலில் தன்னுடைய இடுப்பில் தூக்கி வைத்துக்கொண்டு, அங்கே இருந்த மலர்கள் செடிகள் எல்லாவற்றையும் காண்பித்தார்.

அப்போது அந்த சிறுவனுக்கு ஒரே மகிழ்ச்சி. கவலை தோய்ந்த முகத்திலிருந்து மலர்ந்த தாமரை போல ஓடி விளையாட ஆரம்பித்-தான்.அவன் வயது சிறுவர்கள் சில பேர் நின்று கொண்டிருந்தனர் அவர்களோடு ஓடி ஆடி மகிழ்ந்தான். பாட்டி அங்கே போடப்பட்டிருந்த இருக்கையில் உட்கார்ந்து கொண்டு அவன் மகிழ்ச்சியோடு விளையாடு-வதை கண்டு ரசித்தாள்.

விளையாடி முடிந்ததும் அந்த சிறுவன் இப்போது பாட்டியின் அரு-கில் வந்து, இங்கே விளையாடுவது எனக்கு மிகவும் பிடித்திருக்கிறது. பள்ளியில் கூட இதேபோல் நிறைய பேர் இருக்கிறார்கள், ஆனால் எனக்கு என்னவோ மிகவும் பயமாக இருக்கிறது. அதனால்தான் எப்படி செல்வது என யோசிக்கிறேன் என பெரிய மனிதன் போல் பேச ஆரம்-பித்தான். அதை மிகவும் உன்னிப்பாக கவனித்த பாட்டி, குட்டி பையன் நீ பள்ளிக்கூடம் சென்றால்தான் நன்றாக படிக்க முடியும். உன் வயது நண்பர்கள் கூட நன்றாக ஓடி ஆடி விளையாட முடியும், என்று கனி-வோடு கூறினார் .சிறுவன் யோசிக்க ஆரம்பித்தான்.

பசுமரத்தாணி போல...குழந்தைகள் எதையும் உடனே புரிந்து கொள்ளும் அல்லவா? பின்னர் பாட்டியிடம், நான் நாளையிலிருந்து பள்ளிக்கூடம் செல்கிறேன் என சொன்னான். மற்றும் அவரிடம் நீங்கள் சொல்வது போல் என் அம்மா, அப்பா சொல்லவில்லையே ஏன்? என வினவினான்.

அது எதற்கு இப்போது? அதை விடு இப்போது பள்ளிக்கூடம் செல்-வதற்கு விருப்பம் தானே...வா மகிழ்ச்சியாக வீட்டுக்கு சென்று சாப்பிட்-டுவிட்டு தூங்கலாம்.

பாட்டி தூங்கிக்கொண்டிருந்த தன் மகனிடம் நான் உன்னை சிறுவ-யதில் எப்படி திட்டினேனோ? அதைத்தான் நீயும் உன் மகனுக்கு செய்-திருக்கிறாய், என்று வருத்தத்துடன் கூறினார்.

மகனே என்னை மன்னித்துவிடு, சிறுவயதில் நான் உன்னை நடத்-திய விதத்திலேயே, நீ உன் மகனிடம் பேசி இருக்கிறாய், அதை நான் சரி செய்து விட்டேன். இனி அவன் தினமும் பள்ளி செல்வான் என்ற-தும், அவர்கள் இருவருக்கும் புரிந்து விட்டது ஒரு நிகழ்ச்சியின் முடிவை

அதன் "Communication" தான் தீர்மானிக்கும் என்று...

அப்போது எனக்கு மிக்க மகிழ்ச்சி, ஒரு சிறு குழந்தை கேட்பது போல அவர் சொன்னதை கேட்டு வியந்து உள்ளம் மகிழ்ந்து குளிர்ந்து போனேன், என்னுடைய மொபைல் போனை எடுத்து பார்த்துக் கொண்-டேன், மனைவியிடம் இருந்து ஏதாவது தகவல் வருகிறதா என்று.

இப்போது அன்று காலையில் டீ விற்றுக் கொண்டு வந்தவர், இப்-போது தக்காளி சூப் மற்றும் சுடச்சுட வாழைக்காய் பஜ்ஜி கொண்டு-வந்தார். இருவரும் ஆளுக்கு ஒரு பிளேட் பஜ்ஜி மற்றும் சூப் வாங்கி ரசித்து ருசித்து, வெளியே ரயில் பாதையில் உள்ள பச்சை பசேல் மரம் மற்றும் செடிகளை பார்த்த வண்ணம் சாப்பிட ஆரம்பித்தோம். நாகரா-ஜன் அய்யா தக்காளி சூப்பின் சுவையை பற்றி மிகவும் அற்புதமாக புகழ ஆரம்பித்தார்.

அதை கண்ட நான் அவரிடம் சந்தேகமே இல்லாமல் சூப்பின் சுவை அருமையாகத்தான் இருக்கிறது. ஆனால், அதனை இத்தனை புகழ்ந்து அந்த நபரிடம் சொல்லவேண்டுமா? என்று கேட்டபோது, அவர்

CARE சூத்திரத்தின் இரண்டாவது எழுத்து A "Appriciation" தான் என்றார். அதாவது நமது உறவுகளோடு நாம் பின்னிப் பிணைய வேண்டும் என்றால் பாராட்டு என்பது மிகவும் அவசியம்.

மார்க் டுவைன் ஒருமுறை, "எனக்கு ஒரு நல்ல பாராட்டு கிடைத்-தால், அதை மட்டுமே கொண்டு இரண்டு மாதங்கள் என்னால் உயிர் வாழ முடியும்," என்று கூறினார்.

அப்படி என்றால் ஒரு வருடத்திற்கு ஆறு பாராட்டு வார்த்தைகள் போதும். ஆம் இத்தனை பெரிய ரயில் வண்டியில் எத்தனை நபர்கள் பயணிப்பார்கள்? கிட்டத்தட்ட 1200 லிருந்து 1500 நபர்கள் இருப்பார்-கள். கிட்டத்தட்ட இந்த தேனீர்/ சூப் விற்கும் நபர் சராசரியாக ஒரு நாளைக்கு 300-400 நபர்களை சந்திக்கக்கூடும். அவர்கள் எல்லோரும் என்ன சொல்வார்கள்?

என என்னை கேட்டதற்கு, எனக்கு தெரிந்து உங்களைப் போல நீங்-கள் ஒருவர் மட்டும்தான் சொல்லி இருக்க வேண்டும். அதைக் கேட்-டுவிட்டு அவர் சராசரியாக ஐந்து முதல் பத்து நபர்கள் சொல்கிறார்-கள் என்று வைத்துக்கொள்வோம், அதை கேட்டு அவருக்கு உள்ளத்தில் பூரிப்பு நாள் முழுவதும் இருக்கும். அவருடைய சந்தோசம் மற்றும்

பூரிப்பு, அவர் பரிமாறும் உணவுகளில் கைமாறும், அதை சாப்பிடும் மக்களாகிய நாமும் மகிழ்ச்சியாக இருப்போம்.

ஆகவே ஏதாவது ஒரு நிகழ்வு நடந்தால் பாராட்டு என்பது மிக அவசியம். இப்படி நம் வாழ்க்கையில் என்றோ ஒரு நாள் பார்த்து பழகக்கூடிய நபருக்கே, பாராட்டு என்பது தேவைப்படும் போது, நம்முடைய மணவாழ்க்கையில், மனைவி என்பவர், கிட்டத்தட்ட 65-70% நம்முடன் வாழ்க்கை நடத்துகிறார் என்று சொன்னார்.

அதற்கு நான் வழக்கம் போல் தெரியாதவனாக விழித்துக் கொண்டிருந்தேன், பின்பு சிறிது விளக்கமாக, ஒரு நபருக்கு திருமணம் நடக்கும் போது 25 வயது என்று வைத்துக் கொள்வோம், சராசரியாக 75 வயது வரை வாழ்கிறார் என்றால், 50 வருடங்கள் அதாவது கிட்டத்தட்ட 65-70% வாழ்க்கையில் கூட இருக்கும் மனைவி மற்றும் குடும்ப நபர்களை எப்படி பாராட்ட வேண்டும்? அதைக் கேட்டதும் என் கண்கள் குளமாக மாறி அழ ஆரம்பித்தேன்.

அப்போது நாகராஜன் அவர்களும் அவருடைய மனைவியும் ஆறுதல் கூறி என்னை சமாதானப்படுத்தினார்கள். ஐயா என் மனைவியிடம் நான் மிகவும் கொடூரமாக நடந்து இருக்கிறேன்,

நான் எவ்வளவு தான் சண்டை போட்டாலும் என் மனைவி, என்னை பராமரிப்பதில் எந்தவித குறையும் வைத்ததில்லை. நான்தான் அதை எப்போதும் புரிந்து கொள்ளவில்லை. காலையில் எனக்கு முன்னரே எழுந்து காபி போட்டுக்கொடுத்து, வெந்நீர் வைத்து, மூன்று வேளை உணவுகளையும் எனக்கு பிடித்தது போலவே செய்து கொடுத்து, என் துணிகளை துவைத்து என்னையும் நன்றாக கவனித்துக் கொள்வார்.

நான் இதுவரை அதற்கு எப்போதுமே பாராட்டியது இல்லை, ஏன் கவனித்து சொன்னது கூட இல்லை. இது மிகவும் தவறு என திரும்பவும் தேம்பி தேம்பி அழ ஆரம்பித்தேன்.

நாகராஜன் - ஜானகி இருவரும் திரும்பவும் அழாதீர்கள் என்று என்னை சமாதானப் படுத்திவிட்டு எல்லாம் நன்மைக்கே என்று சொன்னார்கள். ராகவன் நீங்கள் இதை இப்போது உணர்ந்து கொண்டீர்கள், அல்லவா அதுவே மிகப்பெரிய நல்ல விஷயம். இப்போது அவனுக்கு என்னவோ இருக்கையில் இருந்து கொண்டே பறப்பது போல இருந்தது.

ஆம், வாழ்க்கையின் பல முக்கியமான விஷயங்களை, இந்த ரயில் பயணம் அவனுக்கு உணர்த்தி உள்ளது. திடீரென அவர்களது காலில்

விழுந்து மறுபடியும் ஆசீர்வாதம் கேட்டேன், அவர்களும் என்னை ஆசீர்வதித்தனர். அப்போது மாலை மயங்க தொடங்கியது.

அந்த சமயத்தில் மறுபடியும் TTR, எங்களிடம் ஒரு வேண்டுகோள் விடுத்தார், அதாவது ஒரு அரசு அதிகாரியின் மனைவி கொஞ்சம் அவசரமாக அவர்களது இரண்டு குழந்தைகளோடு இரண்டிலிருந்து மூன்று மணி நேரம் பயணம் செய்ய வேண்டும். அதற்காக தங்களுடைய அனுமதி வேண்டும், என கேட்டார். அதற்கு நாங்கள் அனைவரும் தாராளமாக வரட்டுமே என்று சொல்ல அவர்கள் 3 பேரும் வந்து அமர்ந்தார்கள் பரஸ்பரம் அறிமுகம் செய்து கொண்டோம்.

அந்தப் பெண்மணிக்கு 35 வயது இருக்கும் அழகாகவும் அன்பாக-வும் தன்னுடைய 9 வயது குழந்தைகளை பார்த்துக் கொண்டார். மிகவும் மரியாதையாக நடத்தினார். அந்தப் பெண்மணி நாகராஜன் அவர்களிடம் பேச ஆரம்பித்தார், என்னுடைய அம்மாவின் உடல்நிலை சரியில்லாத-தால், அவசரமாக செல்ல வேண்டி இருக்கிறது.

அதனால்தான் இந்த ரயிலில் வந்தோம் என்று சொன்னார். அதற்கு நாகராஜன் ஐயா, பரவாயில்லை என்று சொல்லி விட்டு பேசிக் கொண்-டிருக்கையில், அவர்கள் இறங்க வேண்டிய இடம் வந்து விட்டது, இறங்கிச் சென்றார்கள். அவர் தன் 9 வயது குழந்தைக்கு கொடுத்த மரியாதை, அந்த குழந்தை உங்களுக்கு கொடுத்த மரியாதை கண்டு வியந்துபோனேன். இப்போது நாகராஜன் அவர்கள் என்னிடம் "CARE" என்ற சூத்திரத்தின் மூன்றாவது எழுத்து தெரிந்து கொண்டீர்களா? என்று கேட்டார். நானும் அதை புரிந்து கொண்டு "Respect" தானே என்று சொன்னேன்.

அவரும் சிரித்துக் கொண்டே ஆமாம் மிகச்சரியானது. அதாவது "நாம் நம் வாழ்க்கையில் முன்னேற உறவுகள் அவசியம், அந்த உறவு-கள் உயிரோடு மகிழ்வாக இருக்க மரியாதை மிகவும் அவசியம் என்-பதை" புரிந்து கொள்ள வேண்டும்.

இதை நாம் புரிந்து கொண்டால் வாழ்க்கை என்பது மிகவும் அற்-புதமாகவும் அழகாகவும் இருக்கும். இதை நான் புரிந்து கொண்ட என் வாழ்க்கை அனுபவத்தை பகிர்ந்து கொள்ளலாமா என கேட்டார். அதற்கு நான் மிகுந்த ஆர்வமாக, நீங்கள் சொல்லும் ஒவ்வொரு விஷ-யமும், என் அடி மனதிற்குள் நுழைந்து என்னை என்னால் சரிப்படுத்திக்

கொள்ள முடியும் என்ற நம்பிக்கையை தருகிறது.

அதனால் நீங்கள் உங்களுடைய கதையைச் சொல்லுங்கள் என்று ஆர்வமாக கேட்டேன். எனக்கு உங்கள் மீது இப்போது அளவு கடந்த மரியாதை வந்து இருக்கிறது என்றவுடன், அவரும் நாம் அடுத்து பேச வேண்டியது Respect.

மரியாதை என்பது எல்லோருக்கும் இருக்க வேண்டும், மற்றவர்க-ளுக்கும் தரப்பட வேண்டும். அதை சொன்னதும் வழக்கம்போல் நீங்கள் கதையாகவே சொல்லுங்கள் ஐயா என்று சொன்னேன். அப்போது தான் நான் புரிந்து கொள்வதற்கும், பின்பற்றுவதற்கும் மிகவும் எளிதாக இருக்-கும்.

சரி என்று அவர் ஒரு கதையைச் சொல்ல ஆரம்பித்தார், 4 வயது சிறுவன் புதியதாக பள்ளிக்குச் சென்றான் என்று சொன்னேன் அல்லவா, அவன் ஒரு நாள் பள்ளிக்குச் சென்று வந்தவுடன் மிகவும் களைப்புடன், சோகமான முகத்துடன் காணப்பட்டான்.

அவன் தாயார் அவனிடம் அதைப்பற்றி கேட்க, ஒன்றுமில்லை என்று சொல்லிவிட்டு விளையாட சென்று விட்டான். அவர்கள் வீட்டில் இரவு தூங்குவதற்கு முன்பாக அன்று நடந்த நிகழ்வுகளை பற்றி பேசி-விட்டு தூங்குவது வழக்கம். அந்த நேரத்தில் அவனது அம்மா, ஏன் மாலையில் சோகமாக இருந்தாய்? என்று கேட்கும் போது....

அம்மா, இன்னைக்கு பள்ளிக்கூடத்தில என்னோட பிரெண்ட் விஷ்-ணுவை, எங்க சார் அவன் செய்யாத தவறுக்கு மரியாதை குறைவாக பேசி அவமானமாக திட்டி, அடித்தும் விட்டார் அதைக் கண்டு எனக்கு மிகவும் வருத்தமாக இருந்தது,.

உடனே அவன் தாய் கவலைப்படாதே, நாளை காலை நான் உன் பள்ளிக்கு வந்து, அந்த ஆசிரியரிடம் பேசுகிறேன் என்று அரவணைத்து சொன்னவுடன் அவன் தூங்கி விட்டான். மறுநாள் காலையில் அந்த ஆசிரியரை அவனது அம்மா தனியாக சந்தித்து நடந்த விஷயத்தை கேட்டார். அதன்பிறகு விசாரித்ததில் அந்த ஆசிரியருக்கு விஷ்ணு செய்தது தவறு இல்லை என்று தெரிந்தது, தவறுதலாக அவனை திட்டி அடித்து விட்டோம் என்று.

விஷ்ணுவிடம் மன்னிப்புக் கேட்டு, தன்னுடைய தவறை சரியான முறையில் சுட்டிக் காட்டியதற்கும், அதை யாரும் இல்லாத நேரத்தில் தனியே அழைத்து சொன்னதற்கும் தாய்க்கும், மகனுக்கு நன்றி சொன்-

னார்.

"மரியாதை என்பது எல்லோருக்கும் தேவை, ஒருவர் தன்னை மதிக்-கும் போதும் அதே நேரத்தில் பிறரை மதிக்கும் போதும் அவர்களுடைய செயல்பாடுகள் ராட்சச வேகத்தில் இருக்கும்".

மரியாதை இல்லையென்றால் அந்த சிறுவன் போல கவலையோடும் சோகத்துடனும் தான் இருக்க வேண்டும். இதுபோலவே உறவுகள் எந்த ஒரு சூழ்நிலையிலும் சேர்ந்திருந்தால் தான் நன்மை மற்றும் மரியாதை கிடைக்கும்.

இதற்காக ஒரு சிறுகதை, ஒருவர் தன் கடையில் திராட்சை பழங்-களை விற்பனை செய்கிறார், அதில் கொத்தாக இருக்கும் பழங்கள் கிலோவிற்கு 50 ரூபாய் என்றும், உதிர்ந்து கிடந்த திராட்சைப் பழங்கள் சிலவற்றை 30 ரூபாய் என்றும் சொன்னார். அந்தப் பழத்தை வாங்க வந்தவர், பழங்கள் இரண்டும் ஒன்று போலவே இருக்கின்றன, ஆனால் விலையில் மட்டும் ஏன் இந்த வித்தியாசம்? அதற்கு அந்த வியாபாரி பழங்கள் இரண்டும் ஒன்றுதான் சுவையும் ஒன்றுதான். ஆனால் 50 ரூபாய் விற்கக்கூடிய பழம் இணைந்து இருக்கிறது அதனால் அதன் மதிப்பு அதிகம், 30 ரூபாய்க்கு விற்கக் கூடிய பழங்கள் தனித்தனியாக இருக்கின்றன. அதனால் அதனுடைய மதிப்பு குறைந்துவிட்டது என்று சொன்னார்.

வாழ்க்கையிலும் இதுபோலத்தான் நாம் உறவுகளுடன் இணைந்து இருந்தால் நம்முடைய மதிப்பு என்பது உயர்ந்து இருக்கும், மற்றும் நமக்-குக் கிடைக்கக்கூடிய மரியாதையும் கூடும், என்றவுடன், நான் நன்றாக புரிந்து கொண்டேன்.

"உறவே உயர்வு" என்றும் மற்றும் "மரியாதையின் முக்கியத்துவத்தை சொல்லிக் கொடுத்ததற்கு" மிக்க நன்றி. மற்றும் என் வாழ்க்கையில் அந்த இரண்டு தினங்கள் நிறைய நன்றிகளை சொல்லி இருந்தேன். அதுவே என்னுடைய வாழ்க்கையை மிகவும் சந்தோஷமாக மாற்றிய-மைத்து இருக்கிறது.

மாலைப்பொழுது ஆகிவிட்டால் காலையில் தக்காளி சூப் விற்ற வியாபாரி இப்போது டீ கொண்டு வந்திருந்தார். அந்த டீ வியாபாரி உடன் உட்கார்ந்து நன்றாக சிரித்துப் பேசிக்கொண்டிருக்கும் போது ஒரு ரகசியம் சொன்னார். உங்களிடம் காலையில் வந்து சூப் விற்று சென்ற

பிறகு உங்களுடைய பாராட்டு வார்த்தைகளால் நான் மிகவும் மகிழ்வாக இருந்தேன்., தினமும் 4 மணி வரை சூப் விற்றுக் கொண்டு இருப்பேன். ஆனால் இன்று இரண்டு மணி நேரத்தில் தீர்ந்து போய்விட்டது என்று புன்னகை பொங்க கூறினார்.

ஆகையால் நான் மிக்க மகிழ்ச்சியாக இருக்கிறேன், இது உங்களால் தான் நடந்தது என்று சொன்னால் அது மிகையாகாது, என்ற உடன் நாகராஜன் ஐயா பெருந்தன்மையாக உங்கள் சூப் அருமையாக இருந்தது அந்த உண்மையைத்தான் சொன்னேன் என்றார். பிறகு அந்த டீ வியாபாரி அவரிடம் நான் இன்று அதனால் அதிகம் சம்பாதிக்க போகிறேன். அந்த மகிழ்ச்சியில் நான் உங்கள் மூவருக்கும் தனியாக குறைந்த அளவு நீர் ஊற்றி டீ /காபி எடுத்து வந்துள்ளேன். இதை கண்டிப்பாக நீங்கள் என்னுடைய அன்பளிப்பாக ஏற்றுக்கொள்ள வேண்டும் என்றார்.

நன்மையோ, தீமையோ முற்பகல் செய்யின் பிற்பகல் விளையும், என்று கண்கூடாக இந்த நிகழ்வு அவர்களுக்கு உணர்த்தியது. நாகராஜன் ஐயா மேல் இருந்த மதிப்பு இன்னும் அதிகமாக கூடியது.

நாங்கள் மூவரும் காபி வாங்கிக் குடிக்க ஆரம்பித்தோம். இப்போது அந்த காபியை பற்றி நானும் பக்கம் பக்கமாக பேச ஆரம்பித்தேன். என்னுடைய பாராட்டுகளை கேட்டு நாகராஜன் ஐயா மலைத்துப் போனார். அவர் மனைவி மற்றும் டீ வியாபாரியும் கூட. ஆம் எல்லோர் மனதிலும் இந்த உணர்ச்சிகளும் பாராட்டுக்களும் இயல்பாகவே இருக்கத்தான் செய்கிறது. அது ஒரு மிகப்பெரிய அணையை போலவோ அல்லது வற்றாத ஏரியை போலவோ இருக்கக்கூடும். நாம் அதை திறக்கும் போது தான் எத்தனை புல்லரிப்பு...

வாழ்க்கையே ஒரு உணர்ச்சி கடல் தான், நாம் அதை உணர்ந்து கொண்டு நமது உணர்வுகள் வெளிவரும்போது தான் உண்மையாக வாழ ஆரம்பிக்கிறோம். அந்த கணத்தில் நான் எல்லையற்ற மகிழ்ச்சியோடு சந்தோசமாக இருந்தேன்.

அந்த சமயத்தில் நான் எடுத்து வந்திருந்த ஒரு புத்தகத்தில் உறவுகளில் மிகவும் சிக்கனம் அவசியம் என்பதை எழுதி இருந்தார்கள். அதற்கு அவரிடம், ஐயா, நீங்கள் முன்பு "Don't be ration with relationship" என்னீர்கள். ஆனால், இந்த புத்தகத்தில் சிக்கனம் மிகவும் அவசியம் என்று எழுதி இருக்கிறார்கள். இதை பற்றி நீங்கள் எனக்கு கொஞ்சம் விளக்கமாக சொல்ல முடியுமா? என்று கேட்டேன்.

Economy:

உறவுகளில் சிக்கனம் என்பது மிகவும் இன்றியமையாதது, என்று அந்தப் புத்தகத்தில் சொல்லியிருப்பதும் சரிதான். இடம், பொருள், ஏவல் என்று நீங்கள் கேள்விப்பட்டது உண்டா? அதுபோலத்தான் இந்த இரண்டையும் நாம் உபயோகிக்க வேண்டும்.

சில நேரங்களில் உறவுகளில் மனச் சங்கடம் வரும் போது, கணவனோ மனைவியோ கோபத்தில் இருக்கும்போது ஏதாவது வார்த்தைகளை விட்டுவிட்டால் எதிரில் இருப்பவர்கள் அமைதியாக கேட்டுக் கொள்ள வேண்டும். அந்த நேரத்தில் எதிர்த்து திரும்பவும் பேச ஆரம்பித்தால், அந்த சின்ன மனக்கசப்பு என்பது பெரிதாக மாறி தேவையில்லாத விளைவுகளை ஏற்படுத்தும்.

ஒளவையார் என்ன சொல்லியிருக்கிறார் என்றால், **"சற்றேனும் ஏறுமாறாக இருப்பாளே யாமாகில் கூறாமல் சந்நியாசம் கொள்"** என்பதற்கு மனைவி சரியில்லை என்றால், சன்யாசம் சன்னியாசியாக மாறி விட்டு ஓடிவிடு என்று பலரும் பொருள் கூறுவர், ஆனால் அது சரியில்லை.

பெண்களை போற்றிப் பாடிய முதல் பெண் கவிஞர் தமிழில் அவர்தான் என்பதால் ஒளவையார் கூறியதன் உட்பொருள் வேறாகவே இருக்க முடியும். அதனால் சில நேரங்களில் நமது பேச்சும் சிக்கனமாக உபயோகித்தால் நாம் உறவு என்பது மகிழ்ச்சிகரமாக அமையும் "மனைவி சரியாக நடக்கவில்லை என்று ஒரு கணவனுக்கு தோன்றினால் மனைவியைப் பற்றி எவரிடமும் குறைக் கூறிக் கொண்டிருக்காமல் இல்லத்தில் துறவியாக அமைதியாக வீட்டிலேயே சன்னியாசி வாழ்வு வாழவேண்டும். என்பதே பாட்டியின் அறிவுரை!

"எங்கே பேச வேண்டும் என்பது, நமது அறிவுக்கு உட்பட்டது. எங்கே பேச வேண்டாம் என்பது, நமது ஞானத்திற்கு உட்பட்டது".

5
LOVE

அதாவது காதல் என்பது எல்லோருடைய மனதிலும் அளவில்லாமல் இருக்கத்தான் செய்கிறது. ஆனால், சில சமயங்களில் கால சூழ்நிலை, ஞாபகமறதி, அவசரம் என்ற சில உணர்வுகளால் அது நம்மை விட்டு பிரிந்து நிற்கிறது.

அந்த காதலை அதிகரிக்க அதாவது அதை வைத்து இன்புற்றிருக்க இந்த பார்முலாவை உபயோகிக்கலாம். அதுபோல என்னுடைய அலுவலக மீட்டிங் எப்போதும் விமானத்தில் செல்வதுதான் வழக்கம் ஆனால் அதிர்ஷ்டவசமாக இந்த ரயில் பிரயாணத்தில் வந்தது நான் செய்த புண்ணியமே, இறைவன் அருளால் இந்த பயணம் உங்களுடன் அமைந்துள்ளது என்றேன். நீங்கள் "திப்ரூகர்" செல்லும் வரை எனக்கு நிறைய விஷயங்களைச் சொல்லித் தாருங்கள். நான் என் வாழ்க்கையில் பயன்படுத்திக் கொள்கிறேன் என்றேன்.

அதாவது இந்த "LOVE" எழுத்தின் முதலில் வரும் எழுத்து

L அதாவது இந்த எழுத்து குறிப்பது <u>Listening actively</u>, இந்த காலத்தில் இது மிகவும் குறைந்துள்ளது. அதாவது உலக சர்வே சொல்வது என்னவென்றால் நாளுக்கு நாள் திருமண வாழ்வில் பிரிவுகள், விவாகரத்துக்கள் குறிப்பிட்டுச் சொல்லக்கூடிய அளவு அதிகரித்து வருகிறது (அமெரிக்காவை எடுத்துக் கொண்டால் 50 சதவீத திருமணங்கள் விவாகரத்தில் முடிகின்றன, இந்தியாவில் அதுபோல இல்லை ஒன்றிலிருந்து 2 சதவீதமே இருக்கிறது). இதற்கு முக்கிய காரணம் கவனித்தல்

குறைவாக இருப்பதே காரணம். நமக்கு கிடைத்திருப்பது இரண்டு காது-கள் மற்றும் ஒரு வாய். அதை வைத்துக்கொண்டு குறைந்தது இரண்டு மடங்கு கேட்கவேண்டும் ஒரு மடங்கு பேச வேண்டும் ஆனால் இன்று இது மிகவும் தவறாக புரிந்து கொள்ளப்பட்டிருக்கிறது.

சமீபத்தில் நான் என்னுடைய உறவினர் வீட்டிற்கு சென்றிருந்தேன், அங்கே அவர்கள் வீட்டில் பாட்டி, தாத்தா, அம்மா, அப்பா மற்றும் அவர்களின் இரண்டு குழந்தைகள் எல்லோரும் உட்கார்ந்து கொண்டி-ருந்தார்கள்.

அந்தப் பெரியவர் எனக்கு தூரத்து உறவில் சித்தப்பா முறை வரு-வார். நான் சென்றதை பார்த்தவுடன் எல்லோரும் இன்முகத்துடன் வரவேற்பு கொடுத்தனர். பின்பு நான் சித்தப்பாவின் அறையில் உட்-கார்ந்து கொண்டு அவருடன் அளவளாவ ஆரம்பித்தேன்.

அதே நேரத்தில் அவரின் இரண்டு பேரக்குழந்தைகளும் அவரது அறைக்கு வந்தனர். ஏதோ சில கேள்விகளை கேட்டு விட்டு எங்கேயோ பார்த்துக் கொண்டிருந்தனர். நான் அவர்களைக் கவனித்துக் கொண்டே இருந்தேன். அவர்கள் இருவரும் சென்ற பிறகு நான் சித்தப்பாவிடம் இப்போது இருக்கக்கூடிய குழந்தைகளின் கவனிக்கும் திறன் மிகவும் குறைந்துவிட்டது ஏன்? எனக் கேட்டேன். அதாவது நான் எல்லோ-ரையும் சொல்லவில்லை ஒரு குறிப்பிட்ட மக்களின் கவனம் குறைந்து இருக்கிறது. சொல்வதை கவனிக்காத போது, அவர்கள் எப்படி சொன்ன விஷயத்தை சரியாக செய்வார்கள். இதனாலே உறவுகளில் பிரச்சனை-கள் ஆரம்பமாகிறது. இதனை தவிர்க்க நாம் ஒருவருடன் உரை-யாடும் போது, வேறு எந்த ஒரு கவனமும் இல்லாமல் இல்லாமல் அவர்கள் கண்களைப் பார்த்துக் கொண்டு உரையாடும் போது, ஒரு தொடர்பு உண்டாகும். அதன் மூலம் சொல்பவரின் உணர்வுகள் கேட்ப-வரின் மனதிற்கு எளிதாக புரியும்.

இதை நாம் அடுத்த தலைமுறைக்கு எடுத்துச் செல்ல வேண்டும் என்று சொன்னார். அது எப்படியோ அந்த குழந்தைகள் காதில் விழ, அவர்கள் இருவரும் தன் அம்மாவைக் கூட்டிக்கொண்டு தாத்தாவின் அருகில் வந்து, தாத்தா எங்களை மன்னித்து விடுங்கள். நாங்கள் இதை அறியாமல் செய்துவிட்டோம். இனிமேல் நாங்கள் எப்போதும் மிகவும் கவனத்துடன் கவனிப்போம் என்று சொன்னார்கள். இதைக் கேட்டதும் தாத்தா மற்றும் அங்கிருந்த அனைவருக்கும் மற்றும் எனக்கும் மிக்க

மகிழ்ச்சி.

இதுபோலவே எல்லோரும் கவனித்தால், அவர்கள் வாழ்க்கையில் நிகழும் பிரச்சினைகளிலிருந்து அகன்று வந்துவிடலாம். அதைக் கேட்ட நானும், ஆம் என்று சொல்லி தலையசைத்தேன். நானும் இப்படி நிறைய விஷயங்கள் தவறுதலாக புரிந்து உள்ளேன் அதனால் என் உறவுகளில் சங்கடங்களை சந்தித்து உள்ளேன், அதனால் நான் இனி மிகவும் கவனத்துடன் உறுதியாக இருப்பேன் என்றேன்.

பேசிக் கொண்டே இருக்கையில், மறுபடியும் டிடிஆர் வந்தார், இம்முறை சிறு குழந்தைகள் மற்றும் அவருடைய அப்பா வந்திருக்கிறார்கள். ஒரு அவசர வேலைக்காக செல்கிறார்கள் மற்றும் அவர்கள் நம்முடன் ஒன்றரை மணி நேரம் வரை பயணம் செய்ய வேண்டியிருக்கும், அதற்காக தங்களுடைய அனுமதி தேவை இருக்கிறது, என கேட்டார். நாகராஜன் ஐயா உடனே ஓகே சொல்லிவிட்டார். நான் சிறிது நேரம் யோசித்துக் கொண்டிருந்தபோது, என் மனதில் ஒரு எண்ணம், அதாவது நாம் நம் வாழ்க்கைப் பயணத்தில் யாரையாவது புதியதாக சந்திக்கிறோம் என்றால், பிற்காலத்தில் எப்போதாவது அவர்களுடைய உறவு தொடர வாய்ப்பு இருக்கிறது, என்று நினைத்துப் பார்த்தேன். ஒரு நிமிட யோசனைக்குப் பிறகு நானும் சரி என்று தலையாட்டினேன்.

அப்பாவும் இரண்டு குழந்தைகளும் வந்து அமர்ந்து கொண்டனர். அந்தக் குழந்தைகள் இருவருக்கும் ஏழு வயது இருக்கும். அவர்கள் இருவரும் இரட்டை குழந்தைகள் போல் இருந்தனர். அந்த குழந்தைகள் இருவரும் தங்களின் பெயர்களை அனிமிதா & அஸ்மிதா, அவர் தன்னுடைய பெயரை ராமாராவ் என்று அறிமுகப்படுத்திக்கொண்டார்.

நான் அவரிடம் நீங்கள் என்ன செய்கிறீர்கள்? என்று கேட்டதற்கு, நான் உதவி கலெக்டராக இருக்கிறேன். ஒரு அவசர பணிக்காக செல்கிறேன். அந்த ஊரில்தான் என் மனைவியை மருத்துவ சிகிச்சைக்காக சேர்த்து இருக்கிறேன், அதனால் குழந்தைகளை அவர்களது பாட்டி வீட்டில் விட்டு விட்டு வருவதற்காக செல்கிறேன் என்றார்.

பின்பு நான் அவரிடம், நீங்கள் உதவி கலெக்டராக என்பதால், யாரிடமும் அனுமதி கேட்காமலே இங்கே உட்கார்ந்து கொண்டு இருக்கலாமே. ஏன் எங்களிடம் அனுமதி கேட்டு வர வேண்டும்? எனக் கேட்டேன். நீங்கள் சொல்வது சரிதான், ஆனால் நான் மிகவும் எளிய குடும்பத்திலிருந்து, கடினப்பட்டு உழைத்து பகுதி நேர வேலை பார்த்து

வந்த, அப்துல்கலாம் ஐயா அவர்களின் வாழ்க்கை வரலாற்றை படித்து என் வாழ்க்கையில் உயர்ந்து இந்தப் பதவிக்கு வந்தவன். அதனால் எப்போதும் என் அதிகாரத்தையும் தவறாகப் உபயோகம் செய்வதில்லை என்று உறுதி பூண்டுள்ளேன்.

என்றவுடன் என் மனதில் ஏதோ ஒரு ஆச்சரியம், அப்போது இரண்டு நிமிடம் யோசித்து அவரை வேண்டாம், என்று சொல்லியிருந்தால் ஒரு நல்ல மனிதரின் அறிமுகம் கிடைக்காமல் போயிருக்கும் என்று நினைத்துக்கொண்டேன். அந்த சமயத்தில் அந்த இரண்டு சிறு குழந்தைகளும் ஜன்னல் ஒரத்தில் உட்கார்ந்து கொண்டு, அங்கே வெளியில் தெரியும் சிறு மரம், செடிகளை கண்டு மிகவும் ஆனந்தத்தில் கூத்தாடிக் கொண்டிருந்ததை கண்டதும் எனக்கு ஒரே இன்பம்.

எங்களுடைய வீட்டிலும் சீக்கிரம் குழந்தை பாக்கியத்தை தந்துவிட இறைவனை பிரார்த்தித்துக் கொண்டேன். ஏனென்றால் குழந்தைகளோடு இருப்பது என்றால் எனக்கு அலாதி பிரியம். எங்களது குடும்பம் கூட்டுக் குடும்பம் என்பதால், நான் சிறுவயதில் இருக்கும் போதிலிருந்தே எப்போதும் சுட்டி குழந்தைகள் என்னுடன் விளையாடிக் கொண்டே இருக்கும். அப்படி இருக்கும் போது நான் என்னையே மறந்து விடுவேன். அப்போது அந்த சிறு குழந்தைகள் இரண்டும் ஜன்னலின் வழியே பார்த்துக் கொண்டே தன் தந்தையிடம் ஏகப்பட்ட பொருட்கள் வேண்டும் எனக் கேட்டுக் கொண்டே இருந்தது. அந்த சிறு குழந்தைகளிடம் ஓகே என சொல்லிக்கொண்டே சிரித்தார்.

O- Ok

அதற்கு மிக ஆச்சரியம் அவர் சொன்னது மிகவும் நேர்மையாகவும் கண்டிப்பாக இருக்க வேண்டும், என்று சொல்லிவிட்டு இப்போது எல்லாவற்றிற்கும் ஓகே ஓகே என்று சொல்கிறார், பிறகு அதை எப்படி வாங்கி கொடுக்க முடியும்? வழக்கம்போல என் புரியாத மனதில் சந்தேகக் குரல் ஒலித்துக்கொண்டே இருந்தது

நல்ல வேளையாக அந்த சமயத்தில் அந்த இரு சிறு குழந்தைகளும் தூங்க ஆரம்பித்தனர். அப்போதுதான் சரியான நேரம் என்று நினைத்துக்கொண்டு, அவரிடம் கேட்டேன். நீங்கள் குழந்தைகளிடம் எல்லாம் கேட்பதற்கு ஓகே என்று சொல்லி விடுகிறீர்கள், ஆனால் அதையெல்லாம் நீங்கள் எப்படி வாங்கித் தர முடியும்? என்றேன். அதற்கு அவர் அதாவது குழந்தைகளுக்கு அதனுடைய பயன்பாடுகள் மற்றும் நன்மை

தீமைகள் தெரியாது. கண்களால் கண்டவுடன் அதை உடனே வாங்க வேண்டும் என்ற ஆசை மனது மட்டும் அதிகமாக இருக்கும். நாம் எல்லோரும் படித்த அந்த காலத்தில் இன்னாளில் இருக்கும் உலக தொடர்பும் தொழில்நுட்பமும் இல்லை. இன்றைய சூழலில் அது அதிகரித்து உள்ளது, இவர்கள் நிறைய பார்க்கிறார்கள் மற்றும் நிறைய கேட்கிறார்கள். அதனாலே இது போல பல பொருட்களை வாங்க நினைக்கிறார்கள். முதன் முறையிலேயே இல்லை என்று சொல்லி விட்டால், அவர்கள் மனம் உடைந்து போவார்கள். அதனால் முதலில் ஆம் என்று சொல்லிவிட்டு, அதன் பிறகு தினமும் தூங்கச் செல்லும் முன் அதைப் பற்றி ஏன் அந்தப் பொருட்கள் வேண்டும்என்று கேட்க வேண்டும்.

அதன் பயன்கள் என்ன? இது போன்ற சில கேள்விகளை நேரம் பார்த்து கேட்டால், அந்த குழந்தைகள் புரிந்து கொள்ளும். பின்பு அதைப் பற்றி கேட்க மாட்டார்கள். இது தொடர்ச்சியாக நடக்கும் ஒரு நிகழ்வு. அதாவது, அவர்கள் கேட்பார்கள் நான் ஆம் என்று சொல்வேன், இரவு கேள்விகளை கேட்பேன் பின்பு புரிந்து கொள்வார்கள்.

எப்போது அவர்கள் வயதுக்கு வந்து உலக விஷயங்களை புரிந்து கொள்கிறார்களோ? அப்போதுதான் இந்த ஓகே என்னை விட்டுப்போகும். மிக அருமை சார் என்று சொன்னேன். அடுத்தபடியாக, கேட்கிறேன் என்று தப்பாக நினைக்காதீர்கள், மற்ற உறவுகளையும் இதே பார்முலா கொண்டுதான் சரி செய்ய வேண்டுமா? என்று கேட்டேன்.

சில நேரங்களில் நான் என் மனைவி, அப்பா, அம்மா, தங்கை, அக்கா, அண்ணன், தம்பி என குடும்பத்தில் உள்ள அனைவரிடமும் இந்த பார்முலாவை உபயோகப் படுத்துகிறேன் என்று சொன்னார். இப்போது எனக்குப் புரிந்து விட்டது சில சமயங்களில் ஓகே என்று சொல்வது கூட உறவுகளில் வெற்றிதான்.

நாகராஜன் அவர்களும் அவர் சொன்னதை ஆமோதித்தார். நான் சொல்ல வேண்டிய விஷயத்தை நீங்கள் அருமையாக சொல்லி விட்டீர்கள் மிக்க நன்றி. அப்போது ராமாராவ் இறங்க வேண்டிய இடம் வந்தது. அந்த சிறு குழந்தைகள் தூங்கி கொண்டு இருந்ததால், அவருக்கு உதவி செய்தேன். இதற்கிடையில் நாங்கள் மூவரும் எங்களுடைய அலைபேசியின் நம்பர்களை பரிமாறிக்கொண்டோம்.

எனக்கோ மிகுந்த ஆனந்தம் ஒரு புதிய நபர் என்னுடைய நட்பு வட்டாரத்தில் இணைந்து இருக்கிறார் என்று. அதுவும் என்னுடைய-

வாழ்க்கையை வளமாக, நலமாக மாற்ற உதவிய நண்பர்.

அவர்களை இறக்கிவிட்டு நான் இருக்கையில் வந்து அமர்ந்து என்னுடைய மொபைலை எடுத்து பார்த்துக் கொண்டிருந்தேன். என்னுடைய மனைவியிடம் இருந்து ஏதாவது தகவல் வந்திருக்கிறதா என்று? ஆனால் அப்போது எந்த ஒரு தகவலும் வரவில்லை. சிறிது நேரம் மனதில் சிறிய கோபம் கொப்பளித்தது வெளியே தெரிய ஆரம்பித்தது தெரிய ஆரம்பித்தது. நான் அமைதியாக உட்கார்ந்து இருந்தேன், நான் எதையோ எதிர்பார்த்து நினைத்துக் கொண்டே இருப்பது நாகராஜன் ஐயாவுக்கு புரிந்துவிட்டது.

ஏதோ நினைத்து கோபப்படுகிறேன் என பேச்சுக் கொடுக்க, ஏன் ராகவன் அமைதியாக இருக்கிறீர்கள்? என பேச ஆரம்பித்தார். நான் அதற்கு என் மனைவி மைதிலிக்கு மன்னிப்பு கேட்டு மெசேஜ் அனுப்-பினேன், அதற்கு இன்னும் பதில் வரவில்லை அதுதான் இந்த அமைதி சோகம் எல்லாம்.

அதற்கு அவர் உங்கள் மனைவி அந்த மெசேஜை இன்னும் பார்த்து இருக்காவிட்டால்? இப்போது எனக்கு ஏதோ ஒரு பிரகாசம் வந்-தது, மனதில் அப்படி கூட இருக்கலாம் எனத் தோன்றியது. ஆனால் என் மனைவிஎப்போதும் மொபைல் இல்லாமல் இருக்கமாட்டார், இருந்த போதிலும் அவர் சொல்வது போல் பார்த்திருக்காவிட்டால்? நல்லது-தானே என மனதில் நினைத்துக் கொண்டேன்.

அவர்கள் உங்கள் மெசேஜ் பார்க்கவில்லை என நினைத்துக் கொள்-ளுங்கள், அதை பார்த்தவுடன் நிச்சயம் உங்களுக்கு பதில் அனுப்புவார்-கள் என்றார். அதையே நானும் நினைத்துக் கொண்டு பதிலுக்காக காத்-திருந்தேன்.

இப்போது அவரிடம், ஐயா அந்த "Love" வார்த்தையின் 3வது எழுத்து என்ன? எனக் கேட்டேன். அதற்கு அவர் அந்த **"Voice Modulations"** அதாவது குரலின் சத்தம் (ஏற்ற இறக்கம்).

நாம் ஒவ்வொருவர் உடன் பேசும் போது நம்முடைய குரலை கவனித்து அதைப் பேச வேண்டும். இதை நான் என்னுடைய மேல் அதிகாரியிடம் இருந்து கற்றுக்கொண்டேன்.

அப்போது நான் கோயம்புத்தூரில் வேலை பார்த்துக்கொண்டிருந்தேன் இருந்தேன். எங்களுடைய தலைமை அலுவலகம் பெங்களூரில் தான்

இருந்தது. அந்த நேரத்தில் ஒரு முறை மாதாந்திர மீட்டிங்கில் கலந்து கொள்வதற்காக நான் அங்கே சென்றிருந்தேன். அங்கு என்னுடைய மேலதிகாரி 15 வருடங்களுக்கும் மேலாகவேலை பார்த்து வருகிறார்.

அப்போது எல்லோரும்கடந்த மாதத்தில் நடந்த நிகழ்வுகளை கம்ப்யூட்டரில் விளக்கமாக சொல்லிக் கொண்டிருந்தனர். என்னுடைய மேலதிகாரியின் முறை வந்தது, அப்போது அவர் பேச ஆரம்பித்தார். முதலில் மிகவும் அமைதியாக ஆரம்பம் செய்தார். அப்போது இடையில் புதிதாக சேர்ந்திருந்த வேறு ஒரு டிபார்ட்மென்ட் மேலதிகாரி ஒருவர், அந்த அதிகாரியின் குழுவில் ஏற்பட்ட தவறை மறைக்க, இவரிடம் குறுக்கு கேள்வி கேட்க ஆரம்பித்தார்.

முதலில் மெதுவாக பேசி அவரை சமாதானப்படுத்த முயற்சி செய்தார். ஆனால் புதிதாக இணைந்திருப்பவர் அதை ஏற்றுக்கொள்ளவில்லை. அந்த மீட்டிங்கில் கம்பெனியின் முதல்வர் தவிரமற்ற எல்லோரும் எல்லா அதிகாரிகளும் இருந்தனர். பொறுத்துப் பார்த்திருந்த என்னுடைய மேல் அதிகாரிக்கு வந்தது மிக்க கோபம், அந்த கூட்டத்தில் எல்லோர் முன்னிலையிலும் அவர் அந்த தவறை சுட்டிக்காட்டி சூப்பர் டூப்பர் சத்தத்தில் கூச்சலிட்டார். அதைக்கேட்டு அந்த மீட்டிங்கில் இருந்த அனைவரும் மிரண்டு போய் இவர் சொல்வது தான், சரி என்று கூற ஆரம்பித்தனர்.

நீங்கள் புதிதாக இணைந்து உள்ளீர்கள் சரிதான், ஆனால் ஒரு கேள்வி கேட்கும் முன் அதைப் பற்றி முழு விவரங்கள் தெரிந்து கொண்டு பின் அதை கேளுங்கள். இல்லாவிட்டால் இது போன்ற நிகழ்வுகள் தான் நடக்கும் என்று சொன்னார்கள்.

அந்த புதிய நபர் தன் தவறை உணர்ந்து கொண்டு அவரிடம் மன்னிப்பு கேட்டார், அதற்கு அவர் இதெல்லாம் ஒன்றும் இல்லை சகஜம் தான். நாம் பணிபுரியும் இடங்களில் இப்படி நடப்பது எல்லாம் நன்மைக்கே. அப்போது தான் நாம் நம்மை முன்னேற்றிக் கொள்ள முடியும், என்று மிகவும் தாழ்ந்த குரலில் பேசினார். எனக்கும் மிக ஆச்சர்யம் என்னவென்றால், அங்கே 100 டிகிரி ஆக இருந்தவர், இப்போது 0 டிகிரி போல் ஆகி விட்டாரே.

நான் நினைத்தது போல இவர் இனி அந்த புதிய நபரை எப்போதும் திட்டிக் கொண்டே இருக்கப் போகிறார், என்று நினைத்த எனக்கு அதிர்ச்சி தாங்க முடியவில்லை, என்றாலும் அவரிடம் அதை உடனடி-

யாக கேட்க முடியவில்லை.

அலுவல் காரணமாக அவர் பிஸியாக இருந்தார், எனக்கோ தலை வெடித்துவிடும் போல இருந்தது.எனினும் மாலை அலுவலகம் முடிந்ததும் ஹோட்டலுக்கு வந்து, குளித்து விட்டு, இரவு உணவு சாப்பிட்டு விட்டு தூங்கிவிட்டேன்.

மறுநாள் காலையில் எழும்போதே எப்படியாவது அதை என்று கேட்டு விட வேண்டும், என்று நினைத்துக் கொண்டு, என்னுடைய காலை காலைக் கடன்களை முடித்து, குளித்து மற்றும் காலை உணவு சாப்பிட்டு விட்டு அலுவலகத்துக்கு கிளம்பினேன்.

அன்று அலுவலகத்தில் ஏதோ ஒரு ஏதோ ஒரு முக்கியமான விழா, அதனால் எல்லோரும் வண்ண வண்ண ஆடைகள் அணிந்து வந்தி- ருந்தனர், மிக மகிழ்ச்சியாக இருந்தது. என் மேலதிகாரியிடம் எப்படி- யும் கேட்டுவிட வேண்டும், என்று தருணம் பார்த்து காத்து இருந்தேன். அவர் எப்போதும் மதிய உணவு முடித்தவுடன் பத்து நிமிடங்கள் தன் அறையில் ஓய்வு எடுப்பார். அந்த நேரம் பார்த்து நான் அவரிடம் நான் உங்களிடம் ஒன்று கேட்க வேண்டும் என்று சொல்ல அதற்கு பத்து நிமி- டங்களுக்குப் பிறகு சந்திப்பதாக கூறினார்.

நானும் சரி என்று சொல்லிவிட்டு காத்திருந்தேன்.அந்த நேரமும் வந்தது மிக ஆர்வமாக ஒரு சிறு குழந்தையைப் போல் சென்றேன் .அவரும் என்னை உட்காரச் சொன்னார்.

உட்கார்ந்து மிகவும் கவனத்தோடு, அவர் என்ன சொல்லப் போகி- றாரோ? என்ற பயம் கலந்த மரியாதையுடன் உட்கார்ந்திருந்தேன். நாக- ராஜன் என்ன பேச வேண்டும்? என்று பத்து நிமிடங்களுக்குப் பிறகு கேட்க, அதற்கு நான் நேற்று மீட்டிங்கில் நடந்த விஷயம்.

அந்த புதிய நபர் அவருடைய டிபார்ட்மெண்டில் நடந்த தவறுகளில் உங்களை மாட்டி விட, குறுக்கு கேள்விகளை கேட்டார், நீங்கள் அந்த நேரத்தில் முதலில் பொறுமையுடன் இருந்தீர்கள், பின்பு 100 டிகிரி சென்று பேசினீர்கள் ஆனால் மீட்டிங் முடிந்ததும் ஜீரோ டிகிரி வந்து- விட்டீர்கள், இது எப்படி சாத்தியம்? எதற்கு எப்படி என்று கேட்டேன்.

அதற்கு அவர் சரியான கேள்வி நான் இதை உனக்கு விளக்குகி- றேன். அதாவது நாம் மற்றவர்களை தொடர்பு கொள்வதற்கு, இந்த குரல் ஒரு முக்கிய காரணியாக விளங்குகிறது, அந்த குரலில் இருக்கக்கூடிய தோனிதான் சொல்லி நாம் நம் தகவலை எடுத்துச் சொல்கிறது.

என்பதை நீ புரிந்து இருக்கிறாயா? இல்லையா?

எனக்கு புரியவில்லை சற்று விளக்கமாகச் சொல்லுங்கள் என்று கேட்டேன். சரி ஏதாவது ஒரு ஹோட்டலுக்குச் நீ செல்கிறாய், அங்கே உனக்கு தேவையான உணவை ஆர்டர் செய்கிறாய். ஐயா வணக்கம் என்று உன்னை வரவேற்கிறார்கள். அவர் அப்படி வரவேற்கும் போது என்ன உணவு சாப்பிடுகிறீர்கள்? என்று பொறுமையாக கேட்கிறார்கள், அதே நேரத்தில் மற்றுமொரு நபர் சற்று கோபத்துடன் கேட்கிறார்.

நீ அப்போது எதை விரும்புவாய்? என என்னிடம் கேட்க, நான் பொறுமையாக கேட்ட நபரையே விரும்புவேன், ஆனால் இங்கே அப்படி அல்ல இது அலுவலகம் இங்கே நாம் நம் குரலை உயர்த்தினால் தான், அவர்கள் அடுத்த முறை அவர்களது குரலை உயர்த்த பயப்படுவார்கள். இது அலுவலக கணக்கு

ஆனால், இதையே நீ உறவுமுறைக்கு எடுத்துச் செல்லும்போது வேறு விதமாக இருக்க வேண்டும். உன் உறவுகள் பலப்படும் வேண்டு-மென்றால் நீ எப்போதும் ஜீரோ டிகிரி ஆகத்தான் இருக்க வேண்டும். ஏனென்றால் நம் வாழ்க்கையில் உறவுகள் மிகவும் அவசியம் அந்த உறவுகள் எல்லோரையும், மகிழ்ச்சியாக வைத்துக் கொள்கிறோமோ அவ்வளவுக்கு அவ்வளவு நாம் நம்மை உயர்த்திக்கொள்ள முடியும்.

இது தான் நம் குரலை அலுவலகத்திலும் மற்றும் மற்ற இடங்களிலும் உபயோகிக்கும் முறை. இதை நீ பாலோ செய்தால் நிச்சயம் உன் வாழ்க்-கையில் மிகவும் மேலே மேலே வரமுடியும், என்று சொல்ல நானும் அவருக்கு நன்றி சொல்லிவிட்டு கிளம்பினேன் அதையே நானும் பின் பற்றி வருகிறேன்.

வாழ்க்கை என்பது நெடிய பயணம் அல்லவா, அதுபோல இந்த ரயில் பயணத்திலும் அவர்கள் பயணிக்கக்கூடிய அந்தப் பெட்டியில் அடுத்த இரண்டு குழந்தைகளும் ஒரு பாட்டியும் வந்து ஏறினார்கள். அவர்களும் சிறிது நேரம் இருந்து கொள்வதற்காக வேண்டிக்கொண்டு அங்கேயே இருந்து கொண்டார்கள்.

Enthusiam

அந்த சின்ன சின்ன குழந்தைகளின் வயது எட்டு அல்லது ஒன்பது வயது இருக்கும். அந்தக் குழந்தைகள் மிகவும் உற்சாகத்துடன் கீழே உட்கார்ந்து விளையாடிக் கொண்டு வந்தது, அதை பார்த்து அங்கே இருந்த எல்லோருக்கும் மிக்க மகிழ்ச்சி.இரண்டு ஸ்டேஷன்கள், அதா-

வது கிட்டத்தட்ட 20 நிமிடங்கள் மட்டுமே பிரயாணம் செய்தார்கள். ஆனால் அவர்களிடம் இருந்து உற்சாகம் என்ன என்பதை நாங்கள் கற்றுக் கொண்டோம்.கண்ணாடி பக்கம் சென்றார்கள், இங்கே வந்தார்கள், வெளியே சென்றார்கள், மிகுந்த உற்சாகத்துடன் இருந்தார்கள்.

அதன்பின் அவர்கள் இடம் வந்தவுடன் இறங்கிச் சென்று விட்டார்கள். அவர்கள் பேசிக்கொண்டிருக்கும் போது புகை வண்டியின் கண்ணாடி வழியாக வெளியே பார்த்தார்கள் என்று சொன்னேன் அல்லவா? அப்போது வெளியே பறந்த சிறு பறவைகளையும் அணில் கூட்டத்தையும் பார்த்து எவ்வளவு ஆனந்தத்தோடு கூத்தாடினார்கள் தெரியுமா?

நாங்களும் அதை பார்த்துக் கொண்டிருந்தோம், அப்பொழுது நாகராஜன் அவர்கள், என்னிடம் பார்த்தீர்களா, அந்த பறவைகளும் விலங்குகளும் எவ்வளவு உற்சாகமாக ஓடியாடி விளையாடிக் கொண்டிருக்கின்றன. ஆனால் ஆறறிவு படைத்த மனிதர்கள் நாம் சில நேரங்களில் நாம் உற்சாகத்தை கடன் கொடுத்து விடுகிறோம்.

அது ஏன் என்று உங்களுக்கு தெரியுமா? நானும் சிறிது நேரம் யோசித்துவிட்டு, ஐயா எனக்கு தெரியவில்லை, நீங்கள் தான் சொல்ல வேண்டும் என்றேன். அதற்கு சரி என்று சொல்லிவிட்டு, அதாவது நாம் நம்முடைய மனதில் வேண்டாத விஷயங்களை எடுத்துக்கொண்டு, அதை வைத்து நாம் பலவித தேவையற்ற யோசனைகளை செய்யும் போது சோர்வு அடைந்து விடுகிறோம்.

வேதாத்திரி மகரிஷி, அவர்கள் ஒருமுறை சொல்லும் போது கவலை என்பது நம் உடலில் இருக்கக்கூடிய சக்திகளை இழக்கச் செய்து விடும். நீங்கள் முன்பு கேள்விப்பட்டிருக்கிறீர்களா? வயலில் தண்ணீர் இறைத்து மாடு மூலம் உழவுத் தொழில் செய்வார்கள், அல்லவா? அதற்குப் பெயரும் கவலை தான், அதாவது கவலையில் இருக்கும் போது நீர் இறைத்து ஊற்றுவது போல நாம் உடலில் இருக்கும் சக்தி வெளியேறி விடும். அதனால் முடிந்தவரை நாம் கவலைகளை எப்படி ஒழுங்குபடுத்த வேண்டும் என்பதை, அவர் சொல்லியபடி நான்கு வகைப்படுத்த வேண்டும்.

1 உடனடியாக தீர்க்க வேண்டியது

2 தள்ளிப் போட வேண்டியது

3அலட்சியம் செய்ய வேண்டியது

4 தீர்க்கமுடியாதது

அப்படி அவர் கூறியது போல நாம் நடந்து கொண்டால், நாம் எல்லோரும் கவலையை விட்டு வெளியே வர முடியும். அந்த குழந்தைகள் மற்றும் அணில்,முயல் போல சந்தோஷமாக சுற்றி கவலை இல்லாமல் இருக்க முடியும். அதை கேட்டவுடன் என் கண்களில் கண்ணீர் தாரை தாரையாக வந்தது. ஐயா நீங்கள் மிக நல்லது செய்தீர்கள். அதாவது இந்த விஷயங்கள் எல்லாம் மிகப் பெரிய மாற்றத்தை என் வாழ்வில் கண்டிப்பாக உருவாக்கப் போகிறது.அதற்கு நான் உங்களுக்கு என்னுடைய வாழ்நாள் முழுவதும் மிகவும் கடமைப்பட்டு இருக்கிறேன் என்பதில் நான் பெருமை கொள்கிறேன்.

அதற்கு நாகராஜன் அய்யா, இது என் கடமை தான் ராகவன் அதாவது இந்த பூவுலகில் இருக்கக்கூடிய கணவன் மற்றும் மனைவி தங்கள் உறவில் மிகுந்த கவனத்துடன் இருந்தால் ஒவ்வொரு ஜோடிகளும் 1+1=2 என்று சொல்வது கணக்கு, ஆனால் இந்த தாம்பத்திய உறவில் தான் 1+1 என்பது 11 ஆக மாறிவிடும் அந்த இரண்டு மாபெரும் சக்திகள்.

சிவனும் சக்தியும் சேர்ந்து இந்த உலகை ஆளுகிறார்கள். அதைப்போல கணவனும் மனைவியும் இணைந்து ஒவ்வொரு வீட்டையும் ஆளுகிறார்கள் என்பதை மனதார தெளிவாகப் புரிந்து கொள்ள வேண்டும். இது தான் என்னுடைய தாழ்மையான கருத்து என்று சொன்னார் நானும் அதற்கு, உண்மை தான் நீங்கள் கூறியது போல நான் அதை தெளிவாக அறிந்து கொண்டேன் என்றேன்.

இப்படி நாங்கள் வாழ்க்கைக்குத் தேவையான விஷயங்களை பேசிக் கொண்டு இருந்ததால், எங்களுக்கு நேரம் எப்படி போகிறது என்றே தெரியவில்லை. மூன்றாவது நாள் மதியம் ஆகி இருந்தது நான் அவரிடம் இன்னும் ஒரு நாள் தான் இருக்கிறது ஐயா, மேலும் எத்தனை விஷயங்களை நான் உங்களிடம் தெரிந்துகொள்ள வேண்டியிருக்கிறது. எனக்கு இன்னும் சொல்வீர்கள் என கேட்டேன். அதற்கு அவர் கண்டிப்பாக இன்னும் நான் உங்களுக்குச் சொல்கிறேன்.

தற்சமயம் சிறிது காலார நடந்து விட்டு வருவோமா? எனக் கேட்டார், நிச்சயமாக நாம் உட்கார்ந்து கொண்டேஇருந்தால் உடலுக்கு மிகவும் சோர்வாக இருக்கிறது, என இருவரும் ரயிலில் காரிடாரில் நடக்க ஆரம்பித்தோம்.

இப்படியே ஒரு இருபது நிமிடங்கள் நடந்த பிறகு மீண்டும் திரும்பி, வந்து மறுபடியும் அவர் பேசத் தொடங்கினார். நான் இப்போது அடுத்த-டுத்து என்பதை சொல்ல போகிறேன் எனக்கு இப்போது ஆர்வம் அதி-கமாக இருந்தது, ஏனென்றால் மீதமிருப்பது குறைவான நேரமே.

6

MRP

नाம் ஒரு கடையில் சென்று பொருள் வாங்குகிறோம் என்றால் அப்-போது பார்க்கக்கூடிய விஷயங்கள் என்ன? என கேட்டார்.

அதற்கு நான் முதலில் நமக்குத் நமக்கு தேவையான பொருளை தேடி அதன் பாக்கெட் அல்லது உதிரியாக இருக்கும் பொருளை எடுத்து, எப்போது தயாரிக்கப்பட்டது, எப்போது காலாவதியாகும் மற்றும் மிக முக்கியமாக அதனுடைய "MRP" எவ்வளவு என்பதை பார்ப்போம்.

அது மிகச் சரியானது என்றார், MRP ஐ பொருத்து சில நேரங்க-ளில், நாம் அதன் தரத்தையும் நாம் வாங்க வேண்டுமா? வேண்டாமா? என்பதையும் முடிவு செய்வோம், அல்லவா.

அதுபோல நம்முடைய வாழ்க்கையிலும் நமது எம்ஆர்பி உயர வேண்டும், அப்படி மாறும்போது நம் வாழ்வில் சந்தோஷம் பொங்கும் நம் வாழ்க்கை சிறக்கும் என்றார். நான் வழக்கம்போல புரியாதவன் போல் ஐயா கொஞ்சம் புரியும் படியாக சொல்ல முடியுமா என்று கேட்டேன்.

இப்போது நாகராஜன் அவர்கள் சொல்ல ஆரம்பித்தார், அதாவது M என்பது **"Mindfulness"**. நாம் ஒரு செயலைச் செய்யும்போது அதனோடு ஒன்றினால் மட்டுமே மிகச் சிறப்பாக செய்ய வேண்டும்.

இப்போது இருக்கக்கூடிய காலகட்டத்தில் சில நேரம் ஹோட்டலுக்-குச் சாப்பிடச் செல்லக்கூடிய நேரத்தில், அங்கே வரக்கூடிய இன்றைய தலைமுறையினர் முதலில் வந்தவுடன் பலவிதமான போட்டோக்களை எடுத்துக்கொள்கிறார்கள். பின்பு உணவு மேசையில் அமர்ந்த பிறகும்,

எண்ணற்ற படங்கள் எடுக்கிறார்கள். அப்படி எல்லாம் எடுத்த பிறகு, உணவுகளுடனும் எடுத்துக்கொண்டு பின்பு உணவு அருந்தும் போது கூட தன் கையில் கைபேசியில் அதில் சோசியல் நெட்வொர்க் பகிர்ந்துகொண்டு, அதற்கான கமெண்ட்ஸ் வருமா? வந்தால் அதற்கு பதில் தெரிவித்துக்கொண்டு உணவு அருந்துவது தான். அப்படி உணவு அருந்தும் எங்கே இருந்து அவர்கள் வயிறு நிரம்பும்? உணவு உண்ணுதல் என்பது மிகப்பெரிய வரம், அதாவது மண்ணில் கிடைக்கக் கூடிய உணவுகளை நாம் உண்டு பின்பு அது மண்ணிற்கு செல்வது என்பது ஒரு சுழற்சி முறையில் நடக்கக்கூடிய அற்புதமான நிகழ்வு.

அதேபோல ஒரு நேரத்தில் ஒரு வேலை என்று செய்யும் போது, நமது மனது மிகவும் இலகுவாக இருக்கும். இல்லை என்றால் எண்ணற்ற வேலைகளைச் செய்த போதிலும் நமக்கு சந்தோஷம் அதனால் உற்சாகம் கிடைப்பதில்லை.

அவர் சொன்னதை நான் முழுமனதுடன் ஆமோதிக்கிறேன் என்று சொன்னேன். நானும் இப்படித்தான் இருந்து கொண்டு இருக்கிறேன் அதனால் நான் எந்த ஒரு விஷயத்திலும் விருப்பம் செலுத்த முடியாமல் நிறைய சச்சரவுகள் வர ஆரம்பிக்கின்றன. என் உள் மனம் அமைதியாக இல்லாத காரணத்தால் வெளி மனமும் கோபமடைந்து சில நேரங்களில் நிலைமை மோசமாக மாறி விடுகிறது. உங்களுடன் பேசியது மூலமாக நான் இனி ஒரு நேரத்தில் ஒரு வேலை தான் செய்வேன்.

மனம் என்பது ஒரு மிகப்பெரிய சக்தி, நாம் என்ன நினைக்கிறோமோ அது போலவே அதுவும் நடக்கும், தப்பாக நினைத்தால் அது தப்பாகவே கணக்குப் போடும். சரியாக நினைத்தால் அது சரியாக கணக்குப் போடும்.

இதை ஒரு சிறுகதை மூலம் நான் உங்களுக்குச் சொல்கிறேன், கடவுள் ஒரு முறை அர்ஜுனன் மற்றும் துரியோதனன் இருவரையும் அழைத்து உங்களுக்கு ஒரு முக்கியமான வேலை தரப்போகிறேன் என்றார். இறைவன் அழைத்ததும் அவர் முன்னே தோன்றிய இருவரும், என்ன செய்ய வேண்டும் என்று கேட்டார்கள். அதற்கு கடவுள் நீங்கள் இருவரும் பூமிக்கு சென்று, அங்கே இருக்கக்கூடிய மனிதர்களை சந்தித்து அவர்கள் எப்படி இருக்கிறார்கள் என்பதை தெரிந்து கொண்டு வந்து என்னிடம் சொல்லவேண்டும், இதுதான் நான் உங்களுக்கு கொடுக்க கூடிய வேலை என்றார். அதற்கு அவர்களும் சரி என்று

சொல்லி விட்டு உடனடியாக பூமிக்கு வாகனங்களை எடுத்துக் கொண்டு புறப்பட்டனர்.

முதலில் அர்ச்சுனன் எல்லா மக்களையும் சந்தித்து நலம் விசாரித்-தார். அவர்களிடம் நல்ல முறையில் பழகி கேட்டதனால், அவனுடைய எல்லா வினாக்களுக்கும் மக்கள் சிரித்துக்கொண்டும், மகிழ்ச்சியோடும் மன நிறைவோடும் பதில் சொன்னார்கள். அடுத்து இப்போது துரியோ-தனன் முறை, அவன் கண்ணில் கண்ட எல்லா மக்களுடனும் கோபத்-துடன் முகத்தை கொடூரமாக வைத்துக்கொண்டு கேள்வி கேட்டான், அதற்கு மக்கள் பயத்தால் அஞ்சி நடுங்கி அவனுக்கு சரியான பதிலைச் சொல்லவில்லை. அவர்களுடைய வேலை முடிவுக்கு வந்தது.இருவரும் பின் கடவுளிடம் திரும்பி சென்றார்கள். இறைவனும் அவர்கள் இருவ-ரையும் வரவேற்று அவர்களிடம் என்ன நடந்தது என்றும் இந்த மக்கள் எப்படி இருக்கிறார்கள் என்று கேட்டார். அதற்கு துரியோதனன் முதலில் மக்கள் யாருமே சரியில்லை, யாரும் சரியான பதில் சொல்லவில்லை, உண்மையை பேச வில்லை, என கூறினான். அந்த நேரத்தில் அர்ச்சு-னனிடம் கேட்டதற்கு அவன் இறைவனிடம் நான் சந்தித்த எல்லா மக்க-ளும் மிக நல்லவர்களாக சிரித்த முகத்துடன் அன்புடன் இருக்கிறார்கள், என்னை அன்புடன் உபசரித்தார்கள் என்று சொன்னான், என்னை நன்-றாகப் பார்த்துக் கொண்டனர். அதனால் மக்கள் அனைவருமே நல்ல-வர்கள் என சொன்னான். இந்த கதை கேட்டவுடன் உங்களுக்கு என்ன புரிகிறது? எனக் கேட்டார், நாகராஜன்.

அதற்கு நான், நாம் எந்த விதத்தில் மக்களிடம் பழுகுகிறோமோ, அதுபோல தான் அவர்கள் நம்முடன் பழகி பதில் சொல்வார்கள். நாம் பேசும்போது முழுமனதுடன் மனநிறைவோடு பேசவேண்டும், என்பது இதிலிருந்து நன்றாகப் புரிகிறது. இனி நானும் என் உறவுகளுடன் நன்-றாக முழு மனதுடன் பேசுவேன், என்று அவரிடம் உறுதியாகச் சொன்-னேன்.

இப்படி கதைகள் மற்றும் அவரது வாழ்க்கை நிகழ்ச்சிகளை பகிர்ந்துக் கொள்வதால் அவர் கூறிய கருத்துக்கள் என் மனதில் ஆழமாக பதிய ஆரம்பித்தது. உறவுகள் என்பது இந்த உலகத்தில் போற்றிப் பேணி காக்க வேண்டும், என்பதை நான் மிகவும் நன்றாக புரிந்து கொண்டேன், என சொன்னேன். அதை கேட்டதும் மிகச் சரி, நீங்கள் நன்கு புரிந்து கொண்டீர்கள். ஏனென்றால், உறவுகள் எந்த அளவுக்கு பலமாக இருக்-

கிறதோ அந்த அளவுக்கு நம் மனதும் பலமாக இருக்கும். இப்போது நீங்களே சரியாக நான் சொல்ல வந்த,

MRP - இரண்டாவது வார்த்தையை சொல்லி விட்டீர்கள். இரண்-டாவது வார்த்தை **"Relationship"**உறவுகள் என்ற ஆங்கில வார்த்-தையை, "Don't Be ration with relationship" அப்படி என்றால், உங்களுக்கு புரிந்து இருக்கும். அதாவது, நம்முடைய உறவுகளோடு பழகுவதில் எப்போதுமே மிகுந்த கட்டுப்பாடுகள் விதிக்கக்கூடாது. அதைச் செய்யாதே, இதைச் செய்யாதே, என்பதும் இதைத்தான் செய்ய வேண்டும், அதை தான் செய்ய வேண்டும், என சொல்லும்போது, அந்த கணவன் மனைவி உறவில் விரிசல் விழக் கூடிய வாய்ப்பு இருக்கிறது.

ஏனென்றால், நாற்பது ஐம்பது வருடங்களுக்கு முன்பு எடுத்துக் கொண்டால் கணவன் பேசும் பேச்சுக்கு மனைவி பதில் பேசாமல் அதை செய்து முடிப்பார்கள். இப்போதெல்லாம் பெண்கள் படித்து வேலை பார்ப்-பவராக இருக்கிறார்கள். அதனால் அவர்களுக்கு வெளி உலகம் தெரிகி-றது, ஆகையால் ஆண்களுக்கு சமமாக பெண்கள் சிந்திக்கவும் வேலை பார்க்கவும் செய்கிறார்கள். அதனால் அவர்களுக்கு என்ன பிடிக்கும், என்பதை தெரிந்துகொண்டு பக்குவமாக நல்ல விஷயங்களை எடுத்துச் சொல்ல வேண்டும்.

நானும் பக்குவமாக எடுத்துச் சொன்னால், என்னுடைய மனைவி சில நேரங்களில் கோபம் கொள்கிறார் என அவரிடம் சொன்னேன். அதற்கு அப்படியா, எனக்கு சிறு விளக்கத்தோடு சொல்ல முடியுமா எனக் கேட்டார்.அதற்கு நான் சில விஷயங்களில் மிகவும் கட்டுப்பா-டுடன், அதாவது காலையில் நேரத்துடன் எழுந்து கொள்வது, உணவு சாப்பிடும்போது டிவி, மொபைல் பார்க்க கூடாது என சொல்வது வழக்-கம். ஆனால், நான் சொல்லி விட்டேன் என்பதால் அதை மீண்டும் மீண்டும் செய்கிறாள் என் மனைவி. இதனால எனக்கு கோபம் வருகி-றது, அது சண்டையாக மாறிவிடுகிறது என்று சொன்னேன்.

அதற்கு நாகராஜன் அது சரிதான், அதாவது ஒரு விஷயம் செய்யும் போது அதைச் செய்யாதே, என்று சொல்லும்போது நம் மனது அதை செய்து பார்த்தால் என்ன? என்று தான் தோன்றும். உங்களை நான் குடிக்காதே என்று சொல்ல முற்பட்டால் உங்கள் மனதில் என்ன தோன்-றும்? அவன் சிறிது நேரம் யோசித்துவிட்டு, ஆம் ஐயா நீங்கள் சொல்-

வது சரிதான். ஆனால் இதற்கு தீர்வுதான் என்ன இப்படியே இருந்-துவிட்டால் உறவுகள் கதி என்ன ஆகும் என்று கவலை தோய்ந்த முகத்துடன் கேட்டேன். அதற்கு அவர் கவலைப்பட வேண்டாம்.

அதற்கு வழிமுறைகள் இருக்கிறது, அதாவது உறவுகளை நாம் முத-லில் நன்றாக வளர்க்க வேண்டும். நாம் வங்கி கணக்கில், பணம் இல்-லாமல் இருக்கும்போது எடுக்க முடியுமா? என்று கேட்டதற்கு நான் அவரிடம் இல்லை முடியாது என்றேன். அது போல தான் உறவுகளும், நாம் நம்முடைய உறவுகளில் முதலீடு செய்யாமல் அன்பை அறுவடை செய்ய முடியாது.

கணவன் மனைவி உறவில், கணவன் மனைவியை தன் முதல் குழந்தையாகவும், கணவனை மனைவி தன் முதல் குழந்தையாகவும் நினைத்து பார்த்தால் எந்தவிதமான சண்டை சச்சரவுக்கு இடமில்லை என்றார். அதாவது குழந்தை ஏதாவது தப்பு செய்தால் தன் தாய் என்ன செய்வார்கள்? அந்த குழந்தையை அழைத்து தன் மடியில் படுக்க வைத்து தன் கைகளால் அதன் தலையை கோதி விட்டு, பின் கைக-ளால் கண்ணங்களில் கோலம் போட்டு அதற்கு கதைகளைச் சொல்லி புரிய வைப்பார்கள், அல்லவா? ஆம் ஐயா என் தாய் சின்ன வயதில் செய்தது எனக்கு கண்கள் முன்னே ஞாபகம் வருகிறது.

ஆம் அதை நீங்கள் முதலில் செய்ய வேண்டும். அப்போது நீங்கள் இருவரும் ஒருவரை ஒருவர் புரிந்து கொண்டு, நீங்கள் மற்றவரை பார்க்-கும்போது அவர்களின் தப்புக்கள் மறைந்து, அவர் செய்யும் சின்ன சின்ன காரியங்கள் உங்களுக்கு உணவு செய்து தருவது, உடைகளைத் துவைத்து கொடுப்பது, மின்விசிறி துடைப்பது, அயர்னிங் செய்வது போன்ற விஷயங்கள் பெரியதாக தெரியும். அது போலவே நீங்கள் அலு-வலகம் செல்வதே தங்கள் குடும்ப நலனுக்காகவும் என்றும் அவர்களுக்கு விளங்க ஆரம்பிக்கும், கொஞ்சம் கொஞ்சமாக புரிய ஆரம்பித்தவுடன், உங்கள் உறவுகளில் பூக்கும் பூரிப்பு என்பது பெரிய பூந்தோட்டம் போல-வும் அதில் பல வண்ணங்களில் பூத்துக் குலுங்கும் பூக்கள் தெரியும். நீங்கள் இருவரும் அன்பினால் ஒருவருக்கொருவர் கரைந்து உங்கள் தவறுகளை மறந்து இரண்டில் ஒன்றாக கலந்து இருப்பீர்கள். நீங்கள் சொல்வது மிகச் சரிதான் என்று அவர் சொல்லச் சொல்ல நான் என்-னுடைய குறிப்பேட்டில் எழுதி வைத்துக்கொண்டேன்.

இப்படி நாங்கள் பேசிக்கொண்டு எங்களின் 4 நாட்கள் பயணத்தை மிகவும் பயனுள்ளதாக மாற்றிக்கொண்டோம். வாழ்க்கை என்பது நீண்ட நெடிய மகிழ்வான துன்பம் நிறைந்த பயணம்தான். இதுபோன்ற ரயில் பயணங்களில் பல சிநேகிதங்கள் வரக்கூடும், அப்படி கிடைக்கும் சில இடங்களில் இதுபோன்ற ஒரு அருமையான உறவின் அனுபவ கதைகள் கலக்கும்போது அருமை அல்லவா? நேயர்களே நீங்களும், இப்படி உங்கள் வாழ்க்கையில் ஏதாவது ஒரு ரயில் பயணத்தில் இப்படி ஒருஅனுபவம் நடந்திருக்கிறதா? இந்த புத்தகத்தை மூடிவைத்து யோசித்து ஏதாவது டைரியில் எழுதி வைத்துக்கொள்ளுங்கள்.

அந்த பயணத்தின் பிறகு என்னுடைய வாழ்க்கை போல தங்களின் வாழ்க்கையில் ஏதாவது மாற்றம் இருக்கிறதா? என்றும் பாருங்கள். நான் முன்பெல்லாம் பயணம் எப்போது முடிவடையும் என காத்திருப்பேன், இந்த முறையோ ஏன் இந்த பயணம் இவ்வளவு சீக்கிரம் முடிய போகி-றது என வருத்தத்தில் இருந்தேன்.

இப்போது அடுத்த எழுத்தான **"Patience"** பற்றி சொல்ல ஆரம்-பித்தார். Patience என்பதை நாம் நம் வாழ்க்கை நடைமுறைக்குக் கொண்டுவர வேண்டும், ஏனென்றால் இன்றைய நவநாகரீக தொழில்-நுட்ப வாழ்க்கையில் எல்லாமே உடனடியாக தேவை என்றாகி விட்டது. அப்படி தொழில்நுட்பம் வளர்ந்து இருக்கிறது.

இதற்கு ஒரு சிறிய கதையை நான் உங்களுடன் பகிர்ந்து கொள்-கிறேன். முன்னாள் வேலை பார்த்த நண்பர்கள் எல்லோரும் சேர்ந்து எங்களுடைய குழு ஒன்று இருக்கிறது. அவர்கள் எல்லோரும் வருடம் ஒருமுறை இந்தியாவில் உள்ள ஏதாவது ஒரு பெரிய நகரத்தில் டிசம்பர் முதல் மார்ச் மாதத்திற்கு இடையில், மூன்று நான்கு நாட்கள் சந்தித்துக் கொள்வது வழக்கம். அந்த சந்திப்பில் நாங்கள் எல்லோரும் குடும்ப சகி-தமாக ஹோட்டல் புக் செய்துவிட்டு எங்கள் குழந்தைகளோடு (குழந்-தைகள் இப்போது வளர்ந்து விட்டார்கள், என்ன ஆயினும் எங்களுக்கு எப்போதுமே அவர்கள் குழந்தை தான்) எல்லோருமே சந்திப்போம். அப்-படி கடந்த வருடம் 2019 டிசம்பரில், ஐந்து நண்பர்களும் ஒருநாள் மாலை வேளையில் ஹைதராபாத் நகரில் இருக்கக்கூடிய ராமோஜிராவ் பிலிம் சிட்டியில் காலார நடந்து கொண்டு பேசிக் கொண்டிருந்தோம். அப்போது என் நண்பர் ஒருவர், என்னிடம் இந்த கால இளைஞர்களிடம் நல்ல திறமையும் வாய்ப்பும் இருக்கிறது. ஆனால் அதை எப்படி அவர்-

கள் நல்ல முறையில் பயன்படுத்துவது என்று தெரியவில்லை. இதைக் கேட்டவுடன் அந்த குழுவில் இருந்த மற்றொரு நபர் சொன்னார், நாம் வேலை பார்த்த காலத்தில் 1980 களில், ஏதாவது ஒரு டாக்குமென்ட் அனுப்ப வேண்டுமென்றால் அதை பிரிண்ட் எடுத்து தபாலில் அனுப்ப வேண்டும் அது சென்றடைய தூரத்திற்கு ஏற்ப நாட்கள் மாறுபடும். பின்பு தொலைபேசியில் மற்றும் fax-ல் தகவல்கள் பரிமாறிக் கொள்ளப்பட்டது, இன்றைய சூழலில் எத்தனையோ மொபைல் அப்ளிகேஷன் வந்துவிட்-டது உலகின் எங்கோ ஒரு மூலையில் போட்டோ எடுத்தவுடன் இங்கே வந்து விடுகிறது.

இப்படி எல்லாம் உடனடியாக இருப்பதால் இளைஞர்கள் எது வேண்டும் என்றாலும் உடனே வேண்டும். அவர்கள் மட்டுமல்ல தொழில்நுட்பத்தை அதிகமாக உபயோகம் செய்பவர்கள், அதன் வேகம் இருப்பது போல மனிதர்களும் வேலை பார்க்க வேண்டும், என்ற நிலை-மைக்கு தள்ளப்பட்டு இருக்கிறார்கள். இதனால் பொறுமை என்பது மிக-வும் கவலைக்குரிய இடத்தில் இருக்கிறது, என்று சொன்னார்.

அதற்கு மற்ற நான்கு நண்பர்களும் ஆம் நீங்கள் சொல்வது மிகச் சரியானது. எவ்வளவுக்கு எவ்வளவு தொழில்நுட்பம் வளர்ந்து உள்ளதோ, அவ்வளவு நன்மைகள் இருந்தாலும் அதைவிட அதிகமாக தீமையும் இருக்கிறது. நாம் தான் அன்னப்பறவை போல தீமையை விலக்கி விட்டு நன்மை எடுத்துக்கொள்ள வேண்டும்.

இப்படி இருப்பதற்கு என்ன தீர்வு? என்று கேட்டார், அதற்கு தீர்வு என்பது, அதாவது நினைவின் "LIPS"- (Live in present situation) நாம் அந்த கணத்தில் வாழ்வது. விளைவுகளைப் பற்றி கவலை கொள்ளாமல் அந்த கணத்தில் என்ன நிகழ்கிறதோ? அந்தந்த நிகழ்வுடன் ஒட்டிக் கொண்டு வாழ வேண்டும். இதனால் நம் மனதில் ஏற்படக்கூடிய விரக்தி, பயம், பொறாமை போன்றவை நம்மை நெருங்-காது.

ஆனால் இந்த "LIPS" என்பதை நடைமுறைக்குக் கொண்டுவர, ஒவ்வொருவரும் தன்னை அறிந்து கொள்ள வேண்டும். அப்படி அறிந்து கொள்வதற்கு தன்னைத் தானே சோதித்து அறிதல், என்று முன்பு பள்-ளிப் பாடங்களில் ஒவ்வொரு பகுதியும் முடிந்தவுடன் வருமே அது ஞாப-கம் இருக்கிறதா? எனக் கேட்டார் நானும் அதற்கு ஆமாம் என்று

ஆமோதித்தேன். அப்படியே சுயசோதனைக்கு நம்மை ஆட்கொள்ள வேண்டும். அப்படி செய்வதற்கு தியானம் செய்வது மிகவும் உதவியாக இருக்கும். காலையில் சீக்கிரம் எழுந்து தியானம் செய்வதால் நம் மனமும் அமைதியடையும் மற்றும் பொறுமையும் கொள்ளும்.

அப்படி பொறுமை அடையும் பட்சத்தில், தனிமனிதன் பொறுமை வீட்டுக்குள் பரவும். பின்பு அவன் இருக்கும் நகரத்தில் அடுத்து நாட்டிலும், உலகம் முழுவதும் பரவும். இது நடப்பதற்கு நாட்கள் ஆகும் நிகழ்வு என்றாலும், குறைந்தபட்சமாக முதலில் தனி மனிதன் செய்யும் போது அது அவனுடைய பழக்கத்திற்கு வந்துவிடும். இதை நாங்கள் ஐந்து பேரும் தெரிந்துகொண்டோம். அதைக் கேட்ட நான் மிக்க மகிழ்ச்சி அடைந்தேன். மகிழ்ச்சியுடன் அதாவது அவன் இந்த ரயில் பிரயாணத்தில் கொண்ட மகிழ்ச்சியைப் போல என்றும் தன் வாழ்வில் அடைந்தது இல்லை.ஏனென்றால், நான் சிறிய வயதில் தந்தையை இழந்து விட்டேன். இறந்த பிறகு என்னுடைய குடும்பம் தான் எங்களை நன்றாக கவனித்தது. படிக்கவும் வைத்தார்கள் எங்களுடைய குடும்பத்தில் நான் தான் முதலாவதாக பெரிய கம்பெனியில் வேலை பார்ப்பது.

இந்த அளவுக்கு எங்களுடைய குடும்பம் பார்த்துக் கொண்டபோதும் போதும் இளம் வயதில் தந்தை இல்லாத காரணத்தால் சில சமயங்களில் கட்டுப்பாடின்றி வளர்ந்து விட்டேன்.

ஆனால் என்னுடைய தந்தை மற்றும் முன்னோர்கள் செய்த புண்ணியமும் என்றைக்கும் என்னுடைய வாழ்வில் எவ்வளவு சண்டை சச்சரவு இருந்த போதும் என்னுடைய உறவுகள் என்னை என்றுமே விட்டுக்கொடுக்கவில்லை. அது போல நானும் அந்த உறவுகளை விட்டு விடவில்லை. எனக்கு 4-5 வயது இருந்தபோது என்னுடைய தாத்தாவிடம் தான் அதிக அன்போடு இருப்பேன்.

அவர் எங்கு சென்றாலும் என்னை கூட அழைத்துச் செல்வார். குடும்பத்தின் மூத்த பேரன் என்பதால், நான் இல்லா விட்டாலும், பிற்காலத்தில் நம் குடும்பத்தில் உள்ள உறுப்பினர்கள் அனைவரும் வருடத்தில் ஒரு வாரம் நம்முடைய வீட்டில் இணைந்து மகிழ்ச்சியாக இருக்க வேண்டும் என்று அவர் என்னிடம் அடிக்கடி சொல்வார்

அது எனக்கு இப்போது ஞாபகம் வந்தது. சிறுவயதில் நாம் ஏதாவது பண்ண வேண்டும் என்று நினைத்து மனதில் விதையை போட்டு விட்டால், அது நாம் வளரும் போது தன்னால் வளரும் என்பது உண்மை-

தான். எவ்வளவோ உறவுகளோடு சண்டை சச்சரவு இருந்தாலும் என்னு-டைய ஆத்மா எப்போதுமே உறவுகளைத்தான் நாடிக் கொண்டிருக்கிறது. அது இப்போது என் நினைவுக்கு வருகிறது அதை நான் புரிந்து கொண்-டேன். இப்போது நாகராஜன் அய்யாவுக்கு மிக்க மனமகிழ்ச்சி தம்மு-டைய அனுபவ அறிவால் ஒரு நபரின் வாழ்வு சிறக்க போகிறது என்று. இப்போது என்னுடைய எம்ஆர்பி உயர்ந்து விடும் என்ற நம்பிக்கையும் எனக்கு வந்துவிட்டது

இப்படி எங்களுடைய பயணம் மிகவும் அருமையாக போய் கொண்-டிருந்த போது, திடிரென ரயில் நின்று விட்டது. எல்லோரும் என்ன-வென்று தெரியாமல் ஒருவரை ஒருவர் பார்த்துக் கொண்டோம். அது ஒரு நட்டநடு காடு அங்கே எந்த ஸ்டேஷனும் இல்லை, அது வழக்க-மாக நிற்கும் இடமும் இல்லை, ஆனாலும் அந்த ரயில் நின்றுவிட்டது ஏனென்று தெரியாமல் இருக்கும் போது, அங்கே வந்த டிடிஆர் பக்கத்-தில் ஒரு ஆளில்லாத ரயில்வே கிராசிங் இருக்கிறது, அந்த வழியாக மொபைலில் பேசிக்கொண்டே ஒரு நபர் வந்து இருக்கிறார். அந்த நேரம் பார்த்து எதிரில் வந்த ஸ்கூல் வேன் ஒன்று, அவரை காப்பாற்ற அந்த வேன் டிரைவர் முயற்சி செய்யும்போது வாகனத்தின் சக்கரம் எசகு பிச-காக ரயில் தண்டவாளத்தில் விபத்தில் மாட்டிக் கொண்டது.

ஆனால் அதிர்ஷ்டவசமாக அங்கே இருந்த அவசர உதவி நம்பரில் பேசி ரயில்வே விபத்து கட்டுப்பாட்டு அறைக்கு தகவல் தெரிவிக்கப்பட்-டுள்ளது. அவர்கள் நாம் வரக்கூடிய இந்த ரயிலுக்கு தகவலை தெரி-வித்துள்ளார்கள் .இப்போது வேனில் இருந்த குழந்தைகளை காப்பாற்றி விட்டு அந்த வாகனத்தை வெளியே கொண்டுவரும் முயற்சியில் இருக்-கிறார்கள். இன்னும் 10 - 15 நிமிடங்களில் முடிந்துவிடும், என்று சொல்-லிவிட்டு டிடிஆர் கிளம்பிவிட்டார். அதைக் கேட்டவுடன் அதாவது நான் உங்களுக்கு சொல்ல வந்த பார்முலா இது சம்பந்தமாக தான் என்-றார் நாகராஜன் ஐயா, வழக்கம் போல் அவரிடம் மிக்க ஆர்வத்துடன் எனக்கு புரியும்படியாக சொல்ல முடியுமா? என்று கேட்க

7

NEFT

அப்படி என்றால் "Non electronic family time" முன்பு சொன்னது போல, இட்லியின் விலை இன்று 15-20 ரூபாய்க்கும் மற்றும் ஒரு ஜிபி இன்டர்நெட் விலையோ 5-7 ரூபாய்க்கு கிடைக்கிறது

இப்படி இருப்பதால் மக்கள் சாப்பாடு சாப்பிடுகிறார்களோ, இல்லையோ இன்டர்நெட்டை மட்டும் நன்றாக உபயோகம் செய்கிறார்கள். போதாக்குறைக்கு தொலைபேசி அழைப்புகள் முற்றிலும் இலவசம். அதனால்தான் எப்பொழுதும் மக்கள் போனும் கையுமாக இருக்கிறார்கள்.எங்களுடைய காலத்தில் ஒரு தொலைபேசி பேச வேண்டுமென்றால், நாங்கள் பக்கத்தில் இருக்கும் நகரத்திற்குச் செல்ல வேண்டும். எஸ்டிடி பேசவேண்டும் என்றால் டிரங்க் கால் புக் செய்ய வேண்டும்.

அப்போது தகவல் தொடர்பு குறைவாக இருந்தாலும் மனதில் நிறைவு இருந்தது. இப்போது நாம் எல்லோருமே தொடர்பில் தான் இருக்கிறோம், ஆனால் தனித் தனியாக இருப்பது போன்ற உணர்வு. அந்தக் காலத்தில் ஒரு போன் இல்லாத வீடுகள் போய் இப்போது செல்போன் இல்லாத நபரே இல்லை என்றாகிவிட்டது.

ஒரு குடும்பத்தில் இருக்கும் நபர்களின் எண்ணிக்கையை விட இருமடங்கு சிம் கார்டுகளும் நம்பர்களும் இருக்கிறது. இதனால் என்ன ஆகிறது என்றால் உறவுகளின் இணைப்பு பாலமாக இருந்து வரும் இந்த தொலை தொடர்பு சாதனங்கள் சில நேரங்களில் அதன் தூரங்கள் அதிகரித்துவிடுகிறதோ? என எனக்கு ஒரு சந்தேகம். வழக்கம்போல, நான் அவரிடம் ஐயா எனக்கு சிறிது புரியும்படி சொல்ல முடியுமா? என்று

கேட்டேன். சரி என்று சொல்லி விட்டு தன்னுடைய வீட்டிற்கு அருகில் நடந்த கதையைச் சொல்ல ஆரம்பித்தார்.

ஒரு கணவனும் மனைவியும் ஏறக்குறைய எல்லா எல்லா பேச்சுக்களையும் மொபைல் மூலமாகவே பேசிக்கொள்கின்றனர். அதனால் அவர்கள் நேரில் பார்க்கும்போது பேசுவதற்கான நேரமும் அதற்கான காரணமும் பல நேரங்களில் அமைவதில்லை. வாட்ஸ்அப் மெசேஜ் டைப் செய்யும்போது அதை மற்றவர் படிக்கும் போது அவர்களின் மனநிலை எப்படி இருக்கிறதோ அதற்கேற்றாற்போல் அதன் அர்த்தம் தெரியும். அதனுடைய பொருள்விளக்கம் (interpretation) மாறிவிடும்.

இதனால் உறவுகளின் தூரம் குறைவதற்கு பதிலாக அதிகமாக சாத்தியக்கூறுகள் இருக்கிறது.

2010ஆம் வருடத்தில் எங்கள் வீட்டிற்கு அருகில் அந்த இளம் தம்பதிகள் வந்து குடியேறினார்கள். அவர்களுக்கு திருமணம் ஆகி 2 வருடங்கள் இருக்கும். அவர்கள் எங்களுடன் நன்றாக பேச ஆரம்பித்தார்கள், நாங்களும் அவர்கள் வீட்டுக்குச் செல்வது வழக்கம், அதுபோலவே அவர்கள் எங்கள் வீட்டுக்கும் வருவார்கள். அவர்கள் வீட்டில் ஏதாவது புதிய ரக உணவு எங்களுக்கு தருவார்கள், நாங்களும் அதுபோலவே பரிமாறிக் கொள்வோம். அப்படி இருக்கும் பட்சத்தில் அந்த கணவர் அவருடைய அலுவலகத்தில் அவர் செய்த செய்த வேலைக்காக வருடாந்திர இன்செண்டிவ் ஆக புதிய இரண்டு ஆப்பிள் ஐபோனை பரிசாக அளித்தனர். அவர்கள் இருவருக்கும் அலாதி சந்தோசம். என்ன ஒரு அழகான அம்சமான பார்ப்பதற்கே வியக்கத்தக்க மொபைல் போனை உபயோகப்படுத்த ஆரம்பித்தார்கள்.

அந்த மொபைல் போன் வருவதற்கு முன்பு வரை தினசரி எங்கள் வீட்டிற்கு எப்போதாவது நாளைக்கு ஒரு மணி நேரம் வந்து ஏதாவது கதை சொல்லிக் கொண்டிருப்பார்கள். உறவு முறைகளில் நடந்த நல்ல விஷயங்களை பற்றியும் மற்றும் தங்களுடைய சிறுவயதில் நடந்த கதைகளையும் பகிர்ந்து கொள்வார்கள். ஆனால் என்று புதிய மொபைல் போன் வந்ததோ, அன்றிலிருந்து அதில் இருவரும் பிசியாக ஆகிவிட்டனர்.

அவர்களுடைய சுவையான உணவு பரிமாற்றமும் நின்று போய்விட்டது. அது எங்களுக்கு கண்கூடாக தெரிந்திருந்தாலும் அவர்களுக்கு எப்படி எடுத்துச் செல்வது என தெரியவில்லை. அந்த நபர் மார்க்-

கெட்டிங் துறையில் வேலை என்பதால், உங்களைப்போல மாதம் 14-18 நாட்கள் வெளியூர் சென்று விடுவார். அந்த நேரங்களில் அவரின் மனைவி தனக்கு நேரம் போகவில்லை என்று, மொபைல் கேம் விளை-யாட ஆரம்பித்து, நாளடைவில் அதற்கு அடிமையாகி விட்டார்.

காலையில் எழும்போதே மொபைலுடன் தான் எழுந்து கொள்வார் பின்பு இரவு படுக்கும் வரை குறைந்தது 70 சதவீத நேரம் அதை உபயோகிக்க ஆரம்பித்தார். கணவர் அலுவலக வேலையில் பிசியாக இருந்தால் சொல்லிப் பார்த்தார், அவரோ கேட்கவில்லை, அதனால் சொல்வதை விட்டு விட்டார்.

நாளடைவில் அவர்கள் பேசுவது குறைந்து போய் நாளுக்கு நாள் ஏதாவது ஒரு விஷயத்தில், சண்டை வர ஆரம்பித்தது. இது எங்களுக்-குத் தெரிய வந்தவுடன், நாங்கள் மிகுந்த தயக்கத்துடன் அந்த அந்தத் தம்பதியரிடம் கேட்கவா வேண்டாமா, என பலவித யோசனைகளுக்கு பிறகு அந்த நண்பரை, ஒரு நாள் தனியாக அழைத்துப் பேசினேன். உங்கள் இருவருடைய உறவு நலமாக தானே இருக்கிறது? என்று கேட்-டவுடன், அவர் நடந்த கதையைச் சொன்னார்.

அதற்கு நான் அவரிடம் பொறுமையாக இருங்கள், நான் உங்க-ளுக்கு சில யோசனைகளை சொல்கிறேன் என்றேன், முதலில் நீங்கள் தொலைபேசியில் அவரிடம் தொடர்பு கொள்வதைக் குறைத்துக் கொள்-ளுங்கள்.

உங்களுக்கு வேலைகள் அதிகம் இருப்பதாக அவருக்குத் தெரிய வையுங்கள், பிறகு தினமும் வீட்டிற்கு வந்தவுடன் நேரில் உட்கார்ந்து குறைந்தது 15 முதல் 30 நிமிடங்கள் அவருடன் பேச முயற்சி செய்யுங்-கள்.முதலில் அவர் பேசவில்லை என்றாலும் "முயற்சியுடையார் இகழ்ச்-சியடையார்" என்பதால் நீங்கள் முயன்று கொண்டே இருங்கள்.

உங்கள் மனைவி நன்றாக பேச ஆரம்பித்தவுடன் அவருக்கு எடுத்-துச் சொல்லுங்கள். நாம் இருவரும் இப்படி இருந்தால் நமது எதிர்காலம் என்பது எப்படி அமையும்? நமது குழந்தைகளை எப்படி கவனிப்பது? என்ற கேள்வியை அவர் நல்ல மனநிலையில் இருக்கும்போது பக்குவ-மாக கேளுங்கள், என்று சொன்ன பிறகு பின்னாளில் அதை பின்பற்றி அவர்கள் இருவரின் உறவு அற்புதமான முறையில் மாற்றம் அடைந்தது, வாழ்க்கையிலும் வெற்றி பெற்றார்கள்

அதாவது எப்படி நாம் இன்றைய காலகட்டத்தில் NEFT முறையில் பணத்தைப் பரிமாறிக் கொள்கிறோமோ? அதுபோல நமது உறவுகள் வலுப்பெற, நம் வாழ்க்கை வசந்த காலம் பவனிவர நம்முடைய இல்-லங்களிலும் NEFT அதிகரிக்க வேண்டும். அப்படி அதிகப்படுத்தினால் நம் வாழ்வில் சந்தோஷம் என்பது காட்டாறு போல கரைபுரண்டு ஓடும். அன்பு என்பது அமுத சுரபியை போல வழியும் என்பதில் ஐயமில்லை.

அதேபோல் நண்பர்கள், நம் வாழ்க்கையில் மிகவும் அவசியம். ஏனென்றால் நம் வாழ்க்கையில் மனம் விட்டு பேசக் கூடிய, நல்ல வழி-களை சொல்லக்கூடிய மற்றும் இன்ப துன்பங்களைப் பகிர்ந்து கொள்வ-தற்கு, நமது குடும்பத்திற்கு அடுத்தபடியாக நண்பர்கள் தான் இருப்பார்-கள்.

ஆணோ பெண்ணோ, சில குடும்பங்களில் கல்யாணம் ஆன பிறகு சில பல காரணங்களினால், அவர்களுடைய நண்பர்களுடன் நட்பை தொடர முடியாத சூழ்நிலை அமைந்திருக்கிறது. அப்படி இருக்கும் பட்-சத்தில் கணவனோ மனைவியோ தங்களுடைய வாழ்க்கையில் ஏதோ இழந்தது போல் ஆகிவிடும். தன்னுடைய பால்ய வயது பள்ளி நண்பர்க-ளுடன் ஒரு அல்லது கல்லூரி நண்பர்களுடன் குறிப்பிட்ட இடைவெளி-யில் சந்திக்கும் போது, நம் வாழ்க்கையிலும் புத்துணர்ச்சி தரக்கூடியதாக அமையும் வாய்ப்புகள் அதிகமாகஇருக்கிறது.

என்னுடைய பள்ளிக்காலம் என்பது 1970களில், நான் படித்தது எங்-கள் சொந்த ஊர் ராஜபாளையம் அருகிலுள்ள ஒரு மலையடிவார கிராமம். அங்கே எங்கள் குடும்பத்தையும் சேர்த்து கிட்டத்தட்ட70-80 குடும்பங்கள் மட்டுமே இருந்தோம். ஒவ்வொரு வீட்டிலும் இருக்கக்கூடிய நபர்கள் ஊரில் இருக்கக்கூடிய நபர்களைப் பற்றியும் நன்கு அறிந்து வைத்திருப்பார்கள்.

சராசரியாக மக்கள் தொகை என்று பார்த்துக் கொண்டால் 250 லிருந்து 270 பேர் வரை தான் இருக்கும். அதில் பள்ளிக்கு செல்லும் சிறுவர்கள் 22 பேர். அதில் நானும் என் தம்பியும் இருந்தோம். அதி-காலை ஐந்து மணிக்கெல்லாம் எங்கள் வீட்டில் எழுப்பி விடுவார்கள், நாங்கள் எழுந்து காலைக்கடன்களை முடித்து சிறிது நேரம் புத்தகம் படிப்போம்.

அதன் பின் நாங்கள் 22 பேரும் 3 லிருந்து 4 கிலோ மீட்டர் நடந்து-தான் செல்ல வேண்டும். போக்குவரத்து வசதிகள் எல்லாம் அந்த கால-

கட்டத்தில் கிடையாது. நாங்கள் இருந்தது ஒரு மலையடிவாரம் என்ப-தால், பச்சை பசேலென செடிகளும் மரங்களும் பூத்துக் குலுங்கும் நறு-மணம் கமழும். நாங்கள் தினமும் பள்ளிக்குச் செல்லும்போது, அனை-வரும் ஏதாவது கதை சொல்வது, விடுகதை கேட்பது, பாடல் பாடுவது இல்லையென்றால் ஆடிக் கொண்டிருப்பது, இப்படி ஏதாவது ஒன்றை மனநிறைவோடு செய்துகொண்டே நாங்கள் இருபத்தி இரண்டு பேரும் செல்வோம். அப்படி செல்லும் போது எங்களுக்கு அந்த மூணு நாலு கிலோ மீட்டர் தொலைவு என்பது ஒன்றுமே தெரியாது.

அதேபோல் மாலையில் வரும்போதும் ஆடிப்பாடி மகிழ்வோம், தின-சரி ஏழிலிருந்து எட்டு கிலோமீட்டர் நடந்து செல்வதால் உடல் சோர்வு, மனச்சோர்வு தெரிவதில்லை, ஏனென்றால் நாங்கள் நண்பர்களுடன் மனநிறைவோடு ஆடிப்பாடி சென்றதனால் தானோ என்னவோ?

அந்த நேரத்தில் இப்போது இருப்பது போல தொலை தொடர்பு சாதனங்கள் மொபைல் இன்டர்நெட் இல்லை. எங்களுடைய மனது என்-பது மிகவும் இயற்கையாகவும் விளையாட்டாகவும் மட்டுமே இருந்தது.

இன்றைய சூழ்நிலையில் விளையாட்டு என்பது சிறிய தொடுதிரை-யான மொபைலில் அடங்கிவிட்டது. அதனாலே, என்னவோ மக்களின் மனமும் சுருங்கிவிட்டது. அதேபோல் இன்றைய காலகட்டத்தில் இன்-டர்நெட் உலகம் முழுவதையும் இணைத்துக் கொண்டிருந்தாலும் வீட்-டுக்குள்ளும் மற்றும் பக்கத்தில் இருக்கும் உறவுகளையும் உள்ளங்களை-யும் சில நேரங்களில் பிரிக்கிறதோ? என்ற சந்தேகம். அமெரிக்காவில் இருக்கும் நண்பர் பக்கத்தில் இருப்பது போலவும், பக்கத்தில் இருக்கும் நபர் பற்றி நமக்கு தெரியாமல் இருக்கும் பட்சத்தில் தான் இன்றைய நிலைமை இருக்கிறது.

அந்த இருபத்தி இரண்டு நண்பர்களும் இப்போது வெவ்வேறு நாடு-களில் இருக்கிறோம்.ஆனால், வருடத்திற்கு ஒருமுறை மார்ச் மாதத்தில் எல்லோரும் எங்கள் கிராமத்திற்கு வந்து விடுவோம். அப்போது எங்கள் கிராமத்தில் இருக்கக்கூடிய காவல் தெய்வம் பேச்சியம்மன் கோவில் திருவிழாவில் கலந்து கொள்வதற்கு. அப்படியே எல்லோரும் ஆறு கிலோமீட்டர் பள்ளி கூடம் சென்ற பாதையில் காலார நடந்து எங்-களுடைய மலரும் நினைவுகளை நினைத்து கொள்வோம். இப்போது பேருந்து வசதிகள் மற்றும் எங்களிடம் தனித்தனி கார் வசதி எல்லாம் இருக்கிறது. ஆனாலும் அந்த வாரத்தில், இரண்டு மூன்று நாட்கள் பள்-

ளிப் பாதையில் நடந்து செல்வோம்.

இப்படி செய்வதால் எங்களுடைய மனம் குதூகலிக்கும், உடல் புல்-லரிக்கும். அந்த ஒரு வார காலம் நாங்கள் ஊரில் தங்கி விளையாடி மகிழ்வது, எங்களுக்கு ஒரு வருடம் வரை தாக்குப்பிடிக்கும். எங்கள் நண்பர்கள் குழுவில் மனைவிகள் எல்லோரும் கூட இப்போது நல்ல நண்பர்களாக மாறிவிட்டனர். நாங்கள் அந்த ஒரு வாரம் மட்டும் அதிக-மாக தொலைத்தொடர்பு சாதனங்களை பயன்படுத்துவது இல்லை. அப்-படி இருப்பதனாலேயே மனம் மிகவும் ஆனந்த கூத்தாடும், அந்த மகிழ்ச்சி ஒரு வருடம் வரை நிலைத்து இருக்கும்.

அதைக்கேட்ட நான் ஐயா, நீங்கள் சொல்வது என்னமோ நூற்றுக்கு நூறு உண்மைதான். இப்போது நாம் எல்லோரும் இருக்க கூடிய சூழ்நி-லையில், திருமணம் முடிந்தவுடன் நண்பர்களைப் பிரியக் கூடிய நிலை, மற்றும் வேலை காரணமாக அவர்களை எப்போதாவது சந்தித்தால் மிகப்பெரிய விஷயம். ஆனால் இன்டர்நெட் உதவியால் வாட்ஸ்அப் ஃபேஸ்புக் என பலவித சோசியல் நெட்வொர்க் மூலமாக நாங்கள் நண்-பர்களுடன் தொடர்பில் தான் இருக்கிறோம்.

இருந்தபோதும் நீங்கள் சொல்வது போல குழந்தைத்தனம் வெளியே வரவில்லை. அந்த நல்ல நட்புக்கள் இயந்திரத்தின் வழியாக இயந்திர-மாகவே சென்றுவிடுகிறது. நீங்கள் செய்கின்ற காரியம் அருமை மற்றும் நானும் இதை பின்பற்ற முயற்சி செய்கிறேன்.

அவரும் அதற்கு நீங்கள் முயற்சி செய்து நடத்திப் பாருங்கள். அப்-புறம் உங்கள் வாழ்க்கையில் நிச்சயமாக உறவு முறைகள் எப்படி முன்-னேற்றம் காண்கிறது என அறிவீர்கள். இப்படி எங்களுடைய உரை-யாடல் நீண்டு கொண்டே போகப்போக இரவு தூங்கும் நேரம் வந்தது. அவர் என்னிடம், சரி நாம் இப்போது தூங்கும் நேரம் வந்துவிட்டது. அதனால் மீதி இருக்கும் சில விஷயங்களை காலையில் சொல்லுகிறேன் என்றார்.

நானும் சரி என்று சொல்லிவிட்டு, படுத்து தூங்கும் முன் என்னு-டைய மொபைலில் மனைவியிடமிருந்து ஏதாவது மெசேஜ் வந்திருக்கி-றதா? என்பதை பார்த்துக் கொண்டேன். ஏதும் வரவில்லை எனக்கோ சிறிது கோபம்.இவ்வளவு நேரம் ஏதேதோ கதைகள் எல்லாம் கேட்டு அதை பின்பற்ற முடிவு செய்தாலும், உடனே எப்படி மனதை மாற்ற முடியும் நீங்களே சொல்லுங்கள்? சிறிய கோபம் பின்பு அமைதி-

யாக மாறி சரி இன்னும் கொஞ்சம் காத்திருந்து பார்ப்போம். வரும்-போது அடித்தும் திட்டியும் வந்ததால் கோபத்தில் எடுக்க வில்லை போலும், என நினைத்துக்கொண்டு அப்படியே அசந்து தூங்கிவிட்டேன். வாழ்க்கை என்பது மிகப்பெரிய பயணம் சரிதானே...

அந்தப் பயணத்தில் நாம் பல நபர்களை சந்திக்க நேரிடும், அப்படி சந்திக்கும் பட்சத்தில் சில நபர்கள் மட்டுமே நம் வாழ்க்கையை மாற்றி நம் மதிப்பை ஏற்றும் விதத்தில் தாக்கத்தை ஏற்படுத்துவார்கள். ஒரு திருப்புமுனையை போலவே அமையும். அப்படித்தான் என்னுடைய வாழ்க்கை விரக்தியோடும் அளவில்லாத கோபத்தோடும் சென்று கொண்டிருந்த நேரத்தில் எனக்கு ஒரு திருப்புமுனையாக இந்த ரயில் பயணம் அமைந்தது.

நீங்களும் உங்கள் வாழ்க்கையில் ஏதாவது எப்படி நடந்து உள்ளதா? என ஒரு கணம் இந்த புத்தகத்தை முடிவிட்டு யோசித்துப் பாருங்கள். கண்டிப்பாக ஏதாவது ஒரு நிகழ்வு அமைய வாய்ப்பு இருக்கிறது, அப்படி இருந்தால் நீங்கள் என்னுடன் தொடர்பு நம்பரில் நீங்கள் பகிர்ந்து கொள்ளலாம். மின்னஞ்சலும் அனுப்பலாம்.

"வாழ்க்கை என்பது ஒரு வரப்பிரசாதம் இந்த வாழ்க்கையில் இது வருமா? அது வருமா என்று வாழ்வதைவிட எது வந்து இருக்கிறது அதை நாம் நன்றாக பார்த்துக் கொண்டாலே வரமாக மாறிவிடும்".

நாலாவது நாள் காலை வழக்கம் போல் சீக்கிரமாக எழுந்து கொண்ட நாகராஜன் அய்யா இன்று காலை பழக்கமான யோகா, உடற்பயிற்சி செய்யச் சென்றார். அங்கே அவருக்கு ஆச்சரியம், நான் அவருக்கு முன்னரே எழுந்து அங்கே காத்திருந்தேன். அவருக்கு மிக்க மகிழ்ச்சி. பின்னர் என்ன ராகவன் இவ்வளவு சீக்கிரம்? என கேட்க அதற்கு ஐயா நீங்கள் தானே அந்த நாலாவது சூத்திரம் சொன்னீர்கள், அடாப், ஸ்டார்ட், ஸ்டாப் என்று. எனக்கு காலை எழுந்து கொள்வது என்னவோ நல்ல பழக்கமாக தெரிந்தது. அதனால் அதை நான் உடனே ஆரம்பிக்க முடிவு செய்துவிட்டேன். அருமை ராகவன் இது மிகச் சரி மற்றும் நல்-லது என்று நினைப்பது உடனடியாக தொடங்கிவிட வேண்டும்.

வாருங்கள் நாம் இருவரும் இணைந்து யோகா செய்யலாம் என ஆரம்பித்தோம். நாங்கள் இருவரும் முப்பது நாற்பது நிமிடங்கள் செய்து முடித்தோம். அப்போது ரயில் கவுகாத்தியை கடக்கும் நேரம் வந்தது.

அந்த நிலையம் கொஞ்சம் பெரியது என்பதால் நாங்கள் கொண்டு வந்-திருந்த உணவுகள் காலியாகி விட்டதால் அங்கே ஏதாவது வாங்கலாம் என்று நினைத்துக் கொண்டு காத்திருந்தோம்.

காலை எட்டு மணி இருக்கும், அப்போது ரயில் நிலையத்தை வந்தடைந்தது. இருவரும் மெதுவாக இறங்கி ரயில்வே நிலையத்தில் பார்த்-தோம். சிறிது தூரத்தில் ஒரு அழகான அலங்காரம் செய்யப்பட்ட கடை-யில் மோமோஸ் செய்து கொண்டு இருந்தனர். அதாவது காய்கறிகளை சிறிது சிறிதாக நறுக்கி அதனுடன் தேவையான மசாலாவை கலந்து, பின்பு மைதா மாவை சப்பாத்தி போல் தேய்த்து அந்த காய்கறி மசா-லாவை அதனுள் வைத்து நீராவியில் சுட சுட செய்து கொடுத்தனர். நாங்கள் வந்திருந்த ரயில் வேறு ஒரு ரயிலுக்கு வழிவிட வேண்டும் என்பதால் 10 நிமிடங்கள் கூடுதலாக நிற்கும் என யாரோ ஒருவர் சொல்லிக் கொண்டு சென்றார்.

ரயில் நிலையத்தில் நின்றதும் நாங்கள் முதலில் சென்று விட்டால் எங்களுக்கு தேவையான மோமோஸ் ஐ வாங்கிக்கொண்டோம். அதன் பின்புதான் தெரிய வந்தது, கவுகாத்தி நகரத்திலேயே அந்த கடை மிக-வும் பிரபலம் வாய்ந்தது என்றும். பல பெரிய பெரிய பிரபலங்கள் அந்த கடையில் இருந்து வாங்கி சாப்பிடுவார்கள் என்பதை தெரிந்து கொண்-டோம். சில சமயம் அவர்கள் வெளி மாநிலத்திற்கு "ஹாட் பேக்" மூல-மாக விமானத்தில் கூட அனுப்பி தருவார்களாம், எங்களுக்கு கேட்ப-தற்கு மிகவும் வியப்பாக இருந்தது. நாங்கள் இருவரும் மோமோஸ் ஐ மற்றும் ஒரு கடையில் சூடான டி பிளாஸ்கில் வாங்கிக் கொண்டு எங்க-ளது இருக்கையை நோக்கி நடக்க ஆரம்பித்தோம் .சூடான மோமோஸ் சுவையான தேநீரையும் எங்களுடைய நாவின் சுவை நரம்புகளை எழுப்பி, முறுக்கேறி அதன் சுவையை எங்கள் மூளைக்குள் கொண்டு சென்றது. அப்படி சுவைக்கும் போது ஒவ்வொருவருடைய மன சூழ-லையே மாற்றி விடும், என்பதில் எள்ளளவும் ஐயமில்லை. இப்போது எங்களுடைய இருக்கைக்கு வந்து அமர்ந்து கொண்டோம். அந்த நேரத்-தில் நாகராஜன் அய்யா அவரின் மனைவி, காலை பிரார்த்தனை மற்றும் ராமஜெயம் ஓம் நமச்சிவாய எழுவது வழக்கம் அதை செய்து கொண்-டிருந்தார். அவர் முடித்துவிட்டு வரும் வரை காத்து இருந்தோம். அவர் முடித்து விட்டு வந்த பிறகு வாங்கி வந்த சுவையான மோமோஸ் மற்றும் தேநீரை கொடுக்க அதை மூவரும் சுவைத்து சாப்பிட ஆரம்பித்தோம்.

8

Thermostat

நான் நாகராஜன் ஐயாவிடம், உணவு சூடாக இருந்தால் அதன் சுவை கூடி விடுகிறது ஆனால் நமது மனது சூடாகி விட்டால் நாம் ஏன் மாறிப் போகிறோம், எனக் கேட்டேன். அதற்கு அவர் நான் உங்களுக்குத் "தெர்மோஸ்டாட்" ஐ பற்றி சொல்லித் தருவதற்கு ஏதுவாக இந்த மோமோஸ் வந்து இருக்கிறது, இதுதான் அடுத்த சூத்திரம்.

நம் வாழ்க்கையில் நம்முடைய கோபத்தை எழுப்புவதற்கு நிறைய நபர்கள் இருப்பார்கள். அதாவது சத்குரு ஒரு முறை சொன்ன போது, கோபம் என்ற ரிமோட் கண்ட்ரோல் ஐ போல, அதை மற்றவர் கைகளில் கொடுத்து விடாதீர்கள். நம்மை கோபத்திற்கு ஆளாகி விட்டு அவர்கள் நலமாக இருப்பார்கள் கெட்டுப் போவதோ நம்முடைய உடல் நலம் தான். அதை நாம் உணர்ந்து கொண்டு இந்த தெர்மோஸ்டாட் முறையில் நாம் அதை கையாள வேண்டும்.

தெர்மோஸ்டாட் என்பது குளிர்சாதன பெட்டிகளில் உபயோகப்படுத்தப்படுகிறது. அதாவது வெளியே எவ்வளவு சூடாக இருந்தாலும் அதை தன்னுள் ஏற்றுக் கொண்டு உள்ளே குளிர்ச்சியை வைத்துக் கொண்டிருப்பது.அதே நேரம் நம் வாழ்க்கையில் பின்பற்ற வேண்டிய முயற்சியும் இதுதான், ஏனென்றால் கோபம் என்பது கொண்டவர்க்கே ஆபத்து.

நான் 90களில் அலுவலகத்தில் வேலை பார்த்துக் கொண்டிருந்த நேரத்தில், அலுவலகத்தில் ஒரு நபர் எப்போதும் என்னை சீண்டிக் கொண்டே இருப்பார். தேவையில்லாத விஷயங்களில் கூட என்னை இழுத்து விட்டு வேடிக்கை பார்ப்பார். ஒருநாள் அப்படியே நாங்கள

இருவரும் இன்டர்காம் போனில் பேசிக்கொண்டே இருக்கும்போது, எங்-கள் பேச்சு சண்டையாக மாறியது. எனக்கு அளவு கடந்த கோபம் வந்துவிட்டது, அந்த இன்டர்காம் போனின் ரிசீவர் பகுதியை அடித்து உடைத்து விட்டேன். அதன் பிறகு சில நிமிடங்களில் சராசரி நிலைக்கு வந்தவுடன், யோசித்துப் பார்த்தேன். அதே நேரத்தில் என்னை கோபப்-படுத்திய நபர் வேறு ஒருவரிடம் சிரித்து மகிழ்ச்சியாக பேசிக் கொண்டி-ருந்தார். அப்போதுதான் எனக்கு ஒன்று புரிந்தது, கோபம் என்பது ஒரு பிரச்சினைக்குத் தீர்வாகாது. யாராவது நம்மைப் பற்றி விமர்சனங்கள் மற்றும் எதிர் கருத்துக்களை சொன்னால், மெதுவாக காது கொடுத்து கேட்டு விட்டு அதற்கான பதிலை சரியான முறையில் தெரிவிப்பது என முடிவு செய்தேன்.

அன்றிலிருந்து நான் படிப்படியாக என்னுடைய அணுகுமுறையை மாற்றிக் கொண்டேன். அந்த நிகழ்வு ஞாபகமாக அந்த உடைந்த போனை, எப்போதும் பார்த்துக் கொள்ளும்படியாக வீட்டில் வைத்து உள்-ளேன். அப்படி அதை பார்க்கும்போது எல்லாம் கோபத்தில் உடைந்து போவது என்னவோ இது போன்ற பொருட்களும் மற்றும் மனங்களும் தான். எனவே அதை பக்குவமாக அணுகினால் நம்மால் கோபம் என்பது அறவே இல்லாமல் இருக்க முடியும்.

உண்மைதான் ஐயா நீங்கள் இப்போது கோபம் என்பது இல்லாமல் தான் இருக்கிறீர்கள். அப்படி உங்கள் மனதில் கோபம் இருந்திருந்தால், நான் இந்த பயணத்தை தொடர்ந்து இருக்க முடியாது. முதல் நாள் இரவிலோ அல்லது இரண்டாம் நாள் காலையிலேயே போலீஸ் ஸ்டே-ஷனில் அல்லவா இருந்து இருக்க வேண்டும்?

அப்போது நாங்கள் நான்காம் நாள் பயணத்தில் முடிவு நேரத்தில் இருந்தோம். அந்த நேரத்தில் என்ன ஆயிற்று என்று தெரியவில்லை, நாங்கள் சென்று கொண்டிருந்த ரயில் திடீரென்று நின்றுவிட்டது. என்ன என்று தெரியாமல் உட்கார்ந்து கொண்டு இருந்தோம். அப்போது டி விற்க வந்த வியாபாரி இன்ஜின் பகுதியில் மிகப்பெரிய கோளாறு ஏற்-பட்டு இருக்கிறது, அதை சரி செய்ய 2-3 நாட்கள் ஆகும். ஆனால் அதற்கு மாற்றாக வேறு இன்ஜின் பக்கத்தில் இருக்கக்கூடிய ஸ்டே-ஷனிலிருந்து அனுப்பப்படுகிறது. அது இங்கே வந்து சேர்வதற்கு மூன்று நான்கு மணி நேரம் ஆகும். அது வரை நாம் எல்லோரும் இந்த ரயி-லில் இருக்க வேண்டும், இல்லாவிடில் நல்ல வேளையாக ஏதோ ஒரு

சிறிய ரயில்வே ஸ்டேஷன். இங்கிருந்து 300-400 மீட்டர் தொலைவில் உள்ளது. விருப்பப்பட்டால் அங்கு சென்று வரலாம் என்று, ரயில்வே அதிகாரிகள் சொல்லி இருக்கிறார்கள் என்று அந்த நபர் சொன்னார்.

அப்போது நாங்கள் இருவரும் இறங்கி காலாற நடந்துவிட்டு வரலாம் என முடிவு செய்தோம். அவரின் மனைவி நான் இங்கே ஓய்வு எடுத்துக் கொள்கிறேன், நீங்கள் இருவரும் சென்று விட்டு வாருங்கள் என்று கேட்டுக்கொண்டார். அதன்படி நாங்கள் இருவரும் இறங்கி காலாற நடந்து சென்றோம். நாங்கள் இருந்தது ரயிலின் கடைசி பெட்டி என்பதால் ரயிலில் வழியாகவே நடந்து சென்று ரயில் எஞ்சினுக்கு அருகில் சென்றடைந்தோம். அங்கிருந்து கீழே இறங்கி சிறிது தூரம் நடந்து சென்றதும் அந்த சிறிய ரயில்வே ஸ்டேஷன் வந்து விட்டது. அங்கே சில சிறுவர்கள் ஓடியாடி விளையாடிக் கொண்டிருந்தனர். நாங்கள் இருவரும் அங்கே இருந்த பெஞ்சில் உட்கார்ந்துகொண்டு அந்த சிறுவர்கள் விளையாடுவதை பார்த்து ரசித்துக் கொண்டிருந்தோம்.

அந்தக் குழந்தைகளை கண்டவுடன் என் மனம் குதூகலித்தது. அவர்களுடன் ஓடியாடி விளையாட வேண்டும் போல என்று இருந்தது, வேறு ஏதும் எண்ணிப் பார்க்காமல் அவர்களுடன் ஓடி ஆடி விளையாட ஆரம்பித்தேன். ஒரு சிறு குழந்தையைப் போல தரையில் உட்கார்ந்து கொண்டேன். மண்ணை அள்ளி தட்டில் போட்டு, அதை சலித்து அவர்களோடு ஒன்றிப்போய், சிறு வயது குழந்தையாகவே மாறி போயிருந்தேன். அதை நாகராஜன் அய்யா உட்கார்ந்து ரசித்து கொண்டிருந்தார். அவர்கள் விளையாடி முடித்த உடன் கை கால்களைக் கழுவிக் கொள்ள அந்த குழந்தைகள் தண்ணீர் கொடுத்தனர். அவர்கள் என்னை தங்கள் வீட்டுக்கு அழைத்தனர் நானும் சரி வருகிறேன், என்று ஏதோ என்னுடைய நண்பருடன் செல்வதுபோல நாகராஜனும் அவர்களையும் அழைத்துக் கொண்டு, அந்த சிறுவர்களின் வீட்டுக்கு நடந்து செல்ல ஆரம்பித்தோம். அந்த ரயில் நிலையத்தில் இருந்து இருபது முப்பது மீட்டர் தொலைவில் தான் அவர்களின் வீடு இருந்தது. அந்த சிறுவர்கள் இருவரும் வீட்டுக்குள் நுழைவதற்கு முன் வெளியே ஒரு பாத்திரத்தில் நீர் வைத்துள்ளார்கள். குழந்தைகள் இருவரும் தங்களின் அழுக்கான கால்களை கழுவிக்கொண்டு முகம் கழுவி துண்டை எடுத்து துடைத்துக் கொண்டு வீட்டுக்குள் நுழைந்தனர். இதைப்பார்த்து நான் மலைத்துப் போய் நின்று கொண்டிருந்தான். இந்தச் சிறிய வயதில் இவ்-

வளவு சரியாக எல்லா விஷயங்களும் செய்கிறார்களே? என்று நினைத்து கொண்டே நாங்களும் கால்களை கழுவிக் கொண்டு உள்ளே சென்றோம்.அது ஒரு இருபதுக்கு இருபது அடி அழகான வீடு.

வீடுதான் சிறியதே தவிர அந்த குழந்தைகளின் மனதும் சரி அவர்களின் பெற்றோரும் சரி, மிகவும் அன்பாகவும் அனுசரிக்கும் குணத்துடனும் நடந்து கொண்டனர். அவர்கள் வீட்டில் உட்காருவதற்கு கூட சேர் எதுவும் இல்லை. ஆனால் எல்லோரும் அளவில்லா மகிழ்ச்சியுடன் இருந்தார்கள். அவர்களுடன் சிறிது நேரம் பேசிக்கொண்டு இருந்தோம், அதற்கு இடைப்பட்ட நேரத்தில் அந்த குழந்தைகளின் தந்தை வீட்டின் பின்னால் இருக்கும் தோட்டத்திலிருந்து மக்காச்சோளத்தை கணநேரத்தில் எடுத்து வந்து, அந்த சிறு குழந்தைகள் இருவரும் அம்மாவுடன் சேர்ந்து அதை அவித்து எங்களுக்கும் கொடுத்து விட்டு, அவர்களும் உண்ண ஆரம்பித்தனர்.

என்னுடைய கண்ணில் இருந்து வந்த கண்ணீரை அடக்கிக்கொண்டு மக்காச்சோளத்தை தின்ன ஆரம்பித்தேன். மகிழ்ச்சியின் உச்சியில் நாங்கள் அதை தின்று விட்டு வெளியே வந்தோம். வந்து நேரமாகி விட்டதால் நாங்கள் இருவரும் அவர்களிடம் சொல்லிக் கொண்டு பிரியாவிடை பெற்று கிளம்பினோம். எனக்கோ, பூமியிலேயே சொர்க்கத்தில் இருப்பது போல இருந்தது. பிரிய மனமில்லாமல் பிரிய வேண்டியிருந்தது .அவர்களிடம் மொபைல் நம்பர் இருக்கிறதா? என்று கேட்டோம். அதற்கு எங்கள் வீட்டில் இல்லை, ஆனால் ஏதாவது அவசரம் என்றால், பக்கத்து வீட்டில் இருக்கும் நண்பரிடம் உள்ளது. அவரது நம்பரை தரட்டுமா? என்றார்கள் நாங்களும் சரி என்று நம்பரை வாங்கி வைத்துக் கொண்டு ரயில்வே ஸ்டேஷனை நோக்கி நடக்க ஆரம்பித்தோம். நடக்கும் போதும் ஏதோ இனம் புரியாத இன்பம்.

என்ன ஒரு அழகான குடும்பம், சிறு வயதிலேயே இவ்வளவு பொறுப்புடன் இருக்கும் குழந்தைகள் மற்றும் அமைதியான முறையில் வரவேற்கும் தாய் மற்றும் தந்தை. நாம் எங்கே இருக்கிறோம் இவர்கள் எங்கே இருக்கிறார்கள் ஒரு தேசத்தில் இருக்கக்கூடிய ஒவ்வொரு வீட்டிலும் இவ்வளவு மாற்றமா? என தன்னைத் தானே கேட்டுக் கொண்டு நடந்து வந்து கொண்டிருந்தேன். அதைப்பார்த்து நாகராஜன் ஐயா என்ன யோசனையில் வந்து கொண்டிருக்கிறீர்கள்? என்று கேட்டார். அதற்கு நான், அவர்களின் இல்லம் மற்றும் உள்ளம் மகிழ்ச்சியாக இருப்ப-

தற்கு என்ன காரணம்? அவர்களிடம் இருக்கும் ஏதோ ஒன்று என்னி-டம் குறைகிறது. அதை தெரிந்து கொண்டால், அதை நிவர்த்தி செய்து நானும் அன்புடனும் பண்புடனும் குடும்ப வாழ்க்கையை மகிழ்ச்சியாக வாழ ஏதுவாக இருக்கும் என்றேன். அவர்கள் இருப்பது சின்ன இடம்-தான் ஆனால் அவர்கள் தங்கள் இல்லத்தில் அன்பை விதைத்து இருக்-கிறார்கள். "அன்பு என்பது அந்த இடத்தில் விதைத்த அளவை விட பன்மடங்கு விளைச்சலைத் தரக்கூடியது".

அதைத்தான் அவர்கள் செய்து கொண்டு இருக்கிறார்கள். அவர்க-ளிடம் இன்றைய உலக தொழில் நுட்ப விஷயங்கள் இல்லாமல் இருக்-கலாம், ஆனால் தேவைப்படும்போது பக்கத்து வீட்டில் இருக்கக்கூடிய நண்பர்கள் மூலம் தொடர்பு கொள்கிறார்கள். இதனால் அந்த சிறிய குழந்தைகள் எந்தவிதமான இடையூறும் இல்லாமல் நன்றாக விளை-யாடுகிறார்கள். நகரத்தில் இருக்கும் குழந்தைகளோ, இன்றையதினம் உணவருந்தும் போது, தொலைக்காட்சியை பார்த்துக்கொண்டு இல்லை-யென்றால் மொபைலை பார்த்துக்கொண்டு உணவு உட்கொள்கிறார்கள். இன்றைய தினம் பல வீடுகளில் தொலைக்காட்சி என்பது தொல்லைக்-காட்சி ஆக மாறி விட்டது. அதனால் இல்லங்கள் எவ்வளவு பெரிதாக இருந்தாலும் உள்ளங்கள் சிறிதாகி விட்டது

நானும் அவருடைய வார்த்தைகளை ஆமோதித்தேன். நான் கூட்டுக் குடும்பத்தில் பிறந்து வளர்ந்தவன், எனக்கு இதுபோன்ற சிறிய குழந்தை-களுடன் உடன் மண்ணில் உட்கார்ந்து விளையாடுவது மிகவும் பிடித்தி-ருந்தது, என்று சொல்லிக்கொண்டே இருக்க கூடிய நேரத்தில் ரயில்வே ஸ்டேஷனில் இருந்து அந்த வழியாக வந்த நேரக் காப்பாளர், ஐயா இன்ஜின் இன்னும் சற்று நேரத்தில் வந்து சேர்ந்து விடும் நீங்கள் கிளம்ப ஏதுவாக இருக்கும் என்றார்.அவருக்கு நன்றி கூறி விட்டு மெதுவாக ரயிலை நோக்கி நாங்கள் இருவரும் நடந்து சென்றோம்.

நான் என்னவோ முன்னோக்கி நடந்தேனே தவிர என்னுடைய நினைவுகள் எல்லாம் பின்னோக்கி அந்த குழந்தைகளுடன் விளையாடி மகிழ்ந்த திலேயே இருந்தது. என்னுடைய வாழ்க்கையில் எப்படியாவது உறவுகளை வென்று, அவர்களோடு அன்பாக வாழ்வது தான் என்னு-டைய வாழ்க்கையில் தலையாய லட்சியம் என மனதில் உறுதி கொண்-டேன்.

நாம் ஏதாவது சிக்கலான சூழ்நிலையில் இருக்கும்போது, கண்களை மூடி நம் மனதில்/ மூளையில் என்ன செய்ய வேண்டும் என்று கேட்க வேண்டும். நாம் அமைதியாக சிந்திக்கும்போது நம்முடைய விழிப்புணர்வு தன்மை வெளிவந்து, அந்த சிக்கலான சூழ்நிலையை சமாளிப்பது எப்படி என்ற வழி கிடைக்கும். இல்லையென்றால், நிலைமைக்கு வேறு யாரையாவது காரணம் சொல்லி தீர்வு காண முயலும் முன் குறை கூற ஆரம்பித்து விடுவோம்.

இப்படிதான் ஒருநாள் நாங்கள் சென்னைக்கு எங்கள் நண்பர் வீட்டிற்கு செல்ல வேண்டியிருந்தது. அது நவம்பர் மாதம் என்பதால் எப்போது மழை பொழிவு அதிகமாக இருக்கும். அந்த வருடம் 2015 மிகவும் எக்கச்சக்கமாக மழை நாங்கள் வேறு எங்களுடைய லக்கேஜ் எல்லாம் அதிகமாக எடுத்துக்கொண்டு வந்து இருந்தோம். நண்பரின் வீடு ஒரு சிறிய ஒதுக்குப்புறமான பகுதியில் இருந்தது. புதிதாக கட்டப்பட்ட வீடுகள். தண்ணீர் கழிவுகளை அங்கே சரியாக வழி வகை செய்து கால்வாயில் கலக்க வசதிகள் இருந்த போதிலும், அந்தப் பகுதி மக்கள் கழிவு வாய்க்கால் வழியாக பேப்பர், கவர் போன்ற பொருட்களை போட்டு விட்டதால், அது நீர் செல்லும் வழிகளை அடைத்து கொண்டு இருக்கிறது.

அந்த காரணத்தால் நாங்கள் செல்லக்கூடிய ரோட்டில் சிறிது தொலைவு வரை நீர் நிரம்பி இருந்தது.எங்களை அழைத்து வந்த கார் டிரைவர் மேல் என்னுடையது சின்ன கார், இதற்கு ஒரு குறிப்பிட்ட மேல் போகாது. அதனால் என்னை மன்னித்து விடுங்கள் என தாழ்மையுடன் கேட்டுக்கொள்ள முயற்சிக்கு முன், எங்களுடன் வந்திருந்த நண்பர் அவரைப் பார்த்து கன்னாபின்னாவென்று திட்ட ஆரம்பித்து விட்டார். அந்த கார் டிரைவரும் அமைதியாக கேட்டுக் கொண்டு போய்விட்டார்.

நாங்கள் நண்பர் வீட்டில் இருந்து 300 -400 மீட்டர் தொலைவில் தான் இருந்தோம். என்ன செய்வது என்று யோசிக்கும்போது நண்பருக்கு போன் செய்து பேசி விடலாம், என நான் அவருக்கு தொடர்பு கொண்டேன். இந்த இடைவெளியில் என்னுடன் வந்த நண்பர் மிகுந்த கோபத்துடன் உட்கார்ந்திருந்தார். நான் போன் செய்து பேசி உடன் நண்பர் தன்னுடைய பெரிய வாகனத்தை எடுத்துக் கொண்டு வந்தார். அதில் எங்களை உட்கார வைத்துக் கொண்டு தன் வீட்டிற்கு அழைத்துச்

சென்ற போது என்னுடன் வந்திருந்த நண்பர் அமைதியாக இருந்தார்.

நாங்கள் அவர் வீட்டிற்கு சென்ற அடைந்தபிறகு குளித்து முடித்-துவிட்டு காலை உணவை சாப்பிட்டு முடித்தோம். நீண்ட காலத்திற்குப் பிறகு, நண்பரை பார்த்ததினால் நாங்கள் அனைவரும் பேசி சிரித்துக்-கொண்டு எங்களுடைய நேரத்தை கழித்துக் கொண்டிருந்தோம்.

சிறிது நேரம் கழித்த மதியம் ஆகும் நேரத்தில் காலையில் காரில் வந்திருந்த நண்பர் என்னிடம் வந்து, காலையில் அந்த டிரைவர் நம்மை நடு வீதியில் விட்டுவிட்டு சென்றுவிட்ட போதிலும் நீங்கள் அவர் மேல் ஏன் கோபம் கொள்ளவில்லை? அதன் பிறகு அமைதியாக நிதானமாக செயல்பட்டு நாம் இப்போது வீட்டுக்கு வந்து நிம்மதியாக இருக்கிறோம்.

எப்படி உங்களுக்கு மட்டும் சாத்தியம். அதற்கு நான் அவரிடம் ஒரு சோதனையான விஷயம் நமக்கு நடக்கிறது என்றால் அது நம்மை உரு-வாக்க தானே தவிர நம்மை அழிப்பதற்காக அல்ல. அந்த நேரத்தில் நாம் Thermostat முறையை பயன்படுத்த வேண்டும். அதாவது நமது வீட்டில் இருக்கக்கூடிய A/C இந்த தொழில்நுட்பத்தில் தான் வேலை செய்கிறது. வெளியில் எவ்வளவு வெப்பமாக இருந்தாலும் உள்ளுக்குள் குளிராக தான் இருக்கும், அதே வழிமுறையை தான் நானும் பயன்ப-டுத்துகிறேன். இதே வழிமுறையை நீயும் பயன்படுத்தினால் காலையில் நீ கோபப்பட்டது போல் நடக்காது.

அவர் டிரைவர் காலையில் என்ன சொன்னார்? நான் உங்களை இதற்கு மேல் கூட்டிச் செல்வதற்கு பயம் ஒன்றுமில்லை, ஆனால் என்-னுடைய காரின் உயரம் மிகவும் குறைவு. அதனால் அந்த ஓடும் தண்-ணீரில் என்னால் மேலும் உங்களை அழைத்துச் செல்ல முடியாது அப்-படி சென்றால் மிகவும் சிரமமாக ஆகிவிடும், என்றுதானே சொன்னார் அவர்.

அந்த நேரத்தில் அவருடைய நிலையில் இருந்து யோசித்துப் பார்த்-தால் அவர் சொல்வது சரிதான் என்பதை யோசித்து புரிந்து கொண்டால், நமக்கு கோபம் வராது அப்படி கோபம் வந்தாலும் அந்த சூழ்நிலையை புரிந்து கொண்டால் நமக்கு வரும் கோபத்தை அடக்கிக் கொள்ளலாம். என் நண்பனும் அதைப் புரிந்து கொண்டு ஆமாம் நீ சொல்வது சரிதான் என்று ஆமோதித்தான். நான் அந்த சூழ்நிலையில் நம்முடைய நிலைமை பற்றிய விஷயத்தை தவிர, அந்த டிரைவர் நிலைமையை பற்றி யோசிக்கவில்லை. இது என்னுடைய தவறு தான், இனி அப்படி

நடக்காது என்றும் நானும் புரிந்து கொண்டேன் என்று மகிழ்ச்சியுடன் சொன்னார். இப்படித்தான் உங்கள் வாழ்க்கையில் ஏதாவது நிகழ்வு நடந்து இருந்தால் இந்த புத்தகத்தை மூடிவிட்டு யோசித்து எழுதி வைத்-துக் கொள்ளுங்கள். எப்படி அந்த நிகழ்வை நீங்கள் கையாண்டீர்கள், என எனக்கு தொடர்பு கொண்டு தெரிவிக்கலாம்.

9

Ask Don't Assume

அந்த நேரத்தில் நாங்கள் சென்றுகொண்டிருந்த அந்த ரயில் பயணம் இன்னும் இரண்டு மணி நேரத்தில் முடிவடையும் தருவாயில் இருந்தது. நானோ மனதில் பயந்து நடுங்கிக் கொண்டிருந்தேன். பயம் என்பது ஒரு-வகை கற்பனைதான். "அறிவைவிட கற்பனை நல்லது" என்று ஆல்-பர்ட் ஜன்ஸ்டீன் சொல்லியிருக்கிறார் ஆனால் அதீத கற்பனை மிகவும் ஆபத்து.

நான் அப்போது என்னுடைய மனைவியிடம் இருந்து ஏதாவது பதில் வருமா? என்று பார்த்துக் கொண்டிருந்தேன்தான் நான் பயத்தில் விழித்-துக்கொண்டு இருப்பதைப் பார்த்துவிட்டு, நாகராஜன் ஐயா என்னிடம், என்ன ஆயிற்று? ஏன் இந்த குழப்பம் என கேட்க, நான் அவரிடம் மனைவியிடம் இருந்து பதிலை எதிர்பார்த்துக் காத்துக் கொண்டிருக்கி-றேன். கடந்த 3 நாட்களாக போன் செய்தும் பார்த்தேன் மெசேஜ் செய்-தும் பார்த்தேன். ஆனால் எந்த பதிலும் வரவில்லை. அதுதான் என்-னுடைய குழப்பம், வரும்போது வேறு சண்டை போட்டுக்கொண்டு வந்து விட்டேன். அதற்கு அவர் என்னை தைரியப்படுத்தி, நீங்கள் ஒன்றும் கவலைப்பட வேண்டாம். அவர் ஏதாவது வேறு பணியில் இருக்கக்கூ-டும். கால அவகாசம் கொடுங்கள், எப்படியும் விரைவில் உங்களுக்கு போன் செய்வார். என்று சொல்லிவிட்டு, இப்போது இந்த தருணத்திற்-கான ஒரு கதை நான் சமீபத்தில் திரைப்படத்தில் பார்த்தது, அதை நான் உங்களுக்குச் சொல்லட்டுமா? என்றார்.

பயத்தில் இருந்த என்னுடைய முகம் மலர்ந்தது, ஐயா எனக்கு இந்த ரயில் பிரயாணம் முழுவதுமே ஒரு புதிய வகையான அனுபவமாக இருக்கிறது. ஏனென்றால் நான் எப்போதுமே புதிய நபர்களிடம் மற்றும் தெரியாத நபர்களிடம் பேசுவதை தவிர்த்து வந்தேன். தெய்வச் செயலாக இந்த முறை தான் பேச ஆரம்பித்தேன். அதுதான் என்னுடைய வாழ்க்கையில் மிகவும் பெரிய திருப்பமாக அமைந்திருக்கிறது. அதனால் நீங்கள் அந்த கதையை சொல்ல ஆரம்பியுங்கள்.

அதாவது நாம் எப்போதும் நமக்கு தெரிந்த, நாம் இருக்கும் இடத்திலிருந்து தான் நிகழ்வுகளை பார்க்கிறோம். அதற்கு ஏற்றாற்போல் அனுமானமும் செய்து கொள்கிறோம், என்று சொன்னவுடன் எனக்கு புரியவில்லை தாங்கள் வழக்கம்போல கதை மூலமாகவே புரியும்படி சொல்ல முடியுமா? எனக் கேட்டதற்கு சரி நான் சொல்கிறேன்.

ஒரு கணவன் மனைவி நல்ல ஆரோக்கியமாகவும், சந்தோசமாகவும் வாழ்ந்து வருகிறார்கள். அவர்களுடைய வாழ்க்கையில் திடிரென்று பூகம்பமாக அந்த கணவருக்கு வேலை இல்லை என்ற செய்தி வருகிறது. அந்த சூழ்நிலையில், கணவன் வீட்டில் இருந்து வீட்டு வேலைகளை கவனித்துக் கொள்ள வேண்டியிருக்கிறது. அதுவரை வேலைக்கு சென்று தன்னுடைய இஷ்டத்திற்கு இருந்த அவருக்கு இப்போது வீட்டிலிருந்து வீட்டு வேலை பார்த்துக் கொள்வதால் அவருக்கு சிறிய மன கஷ்டம். அந்த கஷ்டத்தில் ஆரம்பத்தில் குடிக்க ஆரம்பித்தார். மனைவியும் குறைவாகத்தானே என்று அதை கண்டிக்கவில்லை சில நாட்களில் அவர் மிகவும் அதிகமாக குடிக்க ஆரம்பித்து விட்டார்.போகப்போக குடிப்பது அதிகமாகிவிட்டதால் வீட்டு வேலைகளையும் சரிவர கவனிப்பதில்லை என்றாகி விட்டது. இதனால் அவரின் மனைவி வீட்டை விட்டு தன்னுடைய தாய் வீட்டுக்கு செல்வதாக முடிவு செய்து அன்று காலையில் கிளம்பிக் கொண்டிருந்தார். அச்சமயத்தில் தன்னுடைய மொபைலை தேடிக் கொண்டிருக்கும் போது அது கிடைக்கவில்லை, உடனே தன்னுடைய கணவரிடம் என்னுடைய மொபைல எங்கே வைத்திருக்கிறீர்கள் என்று கேட்டு சண்டை போட ஆரம்பித்தார். இவன் மீது மிகுந்த கோபம் கொண்டு உன்னுடைய மொபைல எதற்கு என்னிடம் கேட்கிறாய்? அது எங்கே என்று எனக்கு தெரியவில்லை என கூறினார்.

அதற்கு அவள் நீ பொய் சொல்கிறாய் அதில் இருக்கும் படங்கள் மற்றும் வங்கி கணக்குகளை வைத்து என்னை மிரட்டி பணம் பறிக்க முயற்சி செய்கிறாயா? என்று மிகவும் கோபத்துடன், இனிமேல் என் முகத்தில் முழிக்காதே என்று சொல்லிவிட்டு அங்கிருந்து கிளம்பி விட்டாள்.

அந்த நேரத்தில் அவன் குடித்து இருந்ததால் அவளைத் தடுத்து நிறுத்தாமல் விட்டுவிட்டான். மறுபடியும் குடிக்க ஆரம்பித்து இரவு வரை குடித்துக்கொண்டு உறங்கியும் போனான். மறுநாள் காலையில்தான் தெரிந்தது அவனுக்கு ஏதோ தவறுதலாக பேசி இருக்கிறேன் அதனால் தன்னுடைய மனைவி வீட்டை விட்டு சென்று விட்டாள். தன் மனை-விக்கு உடனே அவருடைய அம்மா நம்பருக்கு போன் செய்து மன்னிப்பு கேட்டான், ஆனால் அவள் அதை ஏற்றுக்கொள்ளவில்லை.

நீ இன்று குடித்துவிட்டு என்னுடைய மொபைலை தொலைத்தது போல ஒன்று ஒன்றாய் தொலைத்து விடுவாய், அதனால் நான் உன்-னுடன் வாழ்வதற்கு விருப்பமில்லை என்று கோபமாக சொல்லிவிட்டாள். அதற்கு அவன் கவலைப்படாதே நான் எப்படியாவது கண்டுபிடித்து தரு-கிறேன் என்று சொல்லிவிட்டு போனை வைத்து விட்டான்.

இரண்டு மூன்று நாட்களாக அந்த மொபைலை தேடி வீடு எல்லாம் சுற்றித் திரிந்தான். அவனுக்கு மிகவும் வருத்தம் தான் செய்யாத குற்-றத்திற்கு இப்படி தன்னுடைய மனைவி என்னை விட்டுவிட்டு சென்று விட்டாளே என்று தனிமையில் நினைத்து அழ ஆரம்பித்தான். அச்சம-யத்தில் மனம் திருந்தி தான் குடியை விட்டுவிட முடிவு செய்தான்

நான்கு நாட்கள் கழித்து அவர்கள் வீட்டிற்கு கீழே இருக்கும் ஒரு நபர் அவருடைய வீட்டுக்கு வந்து தம்பி மன்னித்துவிடுங்கள், உங்-கள் வீட்டிற்கு என்னுடைய பையன் மூன்று நாட்களுக்கு முன்பு வந்து விளையாடிக் கொண்டிருக்கும் போது இந்த மொபைலை தெரியாமல் எடுத்து வந்துவிட்டான் என்று சொல்லி அவரிடம் கொடுத்துவிட்டு சென்றார்.

நீங்கள் அன்று சுய நினைவு இல்லாமல் இருந்து கொண்டிருந்த சமயத்தில், என்னுடைய பையன் உங்களிடம் வந்து மொபைலை விளை-யாட கேட்டிருக்கிறான். நீங்களும் கொடுத்திருக்கிறீர்கள், அதை அவன் ஞாபக மறதியாக வீட்டுக்கு எடுத்து வந்து அவனுடைய பையில் போட்டு வைத்து விட்டான். சார்ஜ் இல்லாத காரணத்தால் அந்த மொபைல்

சுவிட்ச் ஆப் ஆகி விட்டதால் எங்களுக்கும் தெரியவில்லை. என் பையனையும் என்னையும் மன்னித்துவிடுங்கள், இந்தாருங்கள் இந்த போனை வைத்துக்கொள்ளுங்கள் என்று சொன்னவுடன், அவனுக்கு அளவு கடந்த மகிழ்ச்சி தன் கால் தரையில் இல்லாமல் பறந்தான்.

அந்த போன் தொலைந்து போனதிலும் ஒரு நல்ல விஷயம் நடந்தி-ருக்கிறது. ஏனென்றால் அது தொலைந்து போனதால் தான் தன்னுடைய மனைவி தாய் வீட்டிற்குச் சென்றால் அதனால்தான் நான் சிந்திக்க ஆரம்பித்து குடிப்பதையும் நிறுத்தி விட்டேன். நான்தான் உங்களுக்கும் உங்களுடைய பையனுக்கும் மனமார்ந்த நன்றியை தெரிவிக்க வேண்டும், என்று சொல்லி அவரை வாழ்த்தி வீட்டுக்கு அனுப்பி வைத்தான்.

இப்போது அந்த மொபைலில் இருந்து தன்னுடைய மனைவியின் தாயாருக்கு போன் செய்து பேசினான். அவளிடம் நடந்த விஷயத்தை எடுத்து சொன்னான் அப்போது அதைக் கேட்டு விட்டு அவருடைய மனைவியும் புரிந்துகொண்டு தன்னுடைய தவறை உணர்ந்து திரும்பவும் வந்து அவருடன் வாழ ஆரம்பித்தார்.

இந்த கதையில் அவருடைய மனைவி ஏதேதோ அனுமானம் செய்து கொள்ள அவருடைய கணவரும் ஏதேதோ அனுமானம் செய்து கொள்ள, அதனால் வந்த விளைவுகளால் இருவரும் பிரிந்து வாழ முடிவு செய்தனர். ஆனால் கடவுள் புண்ணியத்தாலும் அந்த சிறுவன் செய்த தவறாலும் அவர்கள் திரும்பவும் சேர்ந்து வாழ ஒரு வாய்ப்பை கடவுள் அமைத்துக் கொடுத்தார்

முன்பெல்லாம் எஸ்எம்எஸ் அனுப்பி விட்டு அதற்கான பதிலுக்காக காத்திருப்போம் இன்று தொலை தொடர்பு சாதனங்கள் வளர்ந்து விட்ட சூழ்நிலையில், இப்போது பலவிதமான நவீன தொழில்நுட்பங்கள் இருப்-பதால் வாட்ஸ் அப்பில் கூட மெசேஜ் செய்துவிட்டு, அடுத்த முனையில் இருப்பவர் பார்த்துவிட்டு டூள் டிக் ஆகியவுடன், அவர் பார்த்துவிட்டு அதற்கு ஏன் பதில் சொல்லவில்லை. என ஏகப்பட்ட விஷயங்கள் மனதில் ஓட ஆரம்பிக்கும். அதை நாம் தவிர்க்க வேண்டும் என்றால் அவர்களுடன் தொடர்பு கொண்டு விஷயத்தை பேசிவிட வேண்டும்.அது போலத்தான் உறவுகளும் நாம் எவ்வளவுக்கு எவ்வளவு கேட்டுக்கொள்கி-றோமோ, அவர்கள் மீது கவனம் செலுத்துகிறோமோ, அவ்வளவு மகிழ்ச்-சியாக வாழ நமக்கு வழி அமையும்.

இப்போது நான் அவரிடம் இந்தக் கதை என்னுடைய சூழ் நிலையை விளக்குவதாக அமைந்திருக்கிறது, என்று சொல்லிகொண்டு இருக்கும்-போதே, என்னுடைய மெசேஜ் மட்டும் போன் கால்களை பார்த்துவிட்டு மைதிலி எனக்கு போன் செய்தாள்.

அப்போது நான் நாகராஜன் அய்யாவிடம், அய்யா எனக்கு போன் வந்து விட்டது என வானுக்கும் பூமிக்கும் குதிக்க ஆரம்பித்தேன். அதற்கு அவரும் மிக்க மகிழ்ச்சியோடு, நீங்கள் தனியாக போய் பேசுங்-கள், என சொன்னவுடன் சென்று பேச ஆரம்பித்தேன்.

மாலினி என்னிடம் முதலில், என்னை மன்னித்து விடுங்கள், நீங்கள் சென்ற பிறகு நான் அம்மா வீட்டுக்கு சென்றுவிட்டேன். அப்படிப் போகும்போது என்னுடைய மொபைலை நம்முடைய வீட்டிலேயே விட்-டுவிட்டு சென்று விட்டேன். நீங்கள் எப்போது வெளியே சென்றாலும் எனக்கு போன் செய்வதில்லை என்பதால் நானும் அதை எடுக்க வரவில்லை. இன்று காலையில் வந்து பார்க்கும் போதுதான் மொபைலில் சார்ஜ் இல்லை என்று தெரிந்தது. உடனடியாக அந்த மொபைலை சார்-ஜில் போட்டுவிட்டு ஸ்விட்ச் ஆன் ஆனதும் எடுத்து பார்த்தேன்.

நீங்கள் மெசேஜ் மற்றும் கால் பண்ணி இருந்தீர்கள், எனக்கோ அளவு கடந்த ஆனந்தம், நான் எதிர்பார்க்கவே இல்லை. உங்களுடைய மெசேஜையும் கால்களையும் பார்த்து நான் தரையில் இல்லை பறந்து கொண்டிருந்தேன்.அதுதான் உடனே போன் பண்ணினேன். அதற்கு நான் என் மனைவி மாலினியிடம் நீதான் என்னை மன்னிக்கவேண்டும்.

நீ எவ்வளவோ பொறுமையாக இருந்தாலும் நான் தான் நிறைய தவறுகளை பண்ணிவிட்டேன் கூறி அழ ஆரம்பித்தேன். அதற்கு அவள் ஏன் இப்படி சிறு பிள்ளை போல் அழுது கொண்டு இருக்கிறீர்கள், அதெல்லாம் ஒன்றும் இல்லை, நீங்கள் அழக்கூடாது. மகிழ்ச்சியாக உங்-களுடைய வேலைகளை எல்லாம் முடித்து விட்டு வாருங்கள், எல்லாம் நாம் பேசிக்கொள்ளலாம் என சொன்னார். உன்னுடைய பெரிய மனதா-லும், பிரார்த்தனையாலும் இந்த ரயில் பயணத்தில் நம்முடைய வாழ்க்-கையிலும், உறவுமுறையிலும் மாற்றம் வர ஒரு திருப்புமுனை நடை-பெற்றுள்ளது. அதை நான் உனக்கு வந்து சொல்கிறேன் என்று மகிழ்ச்சி பொங்க சொல்லிவிட்டு போனை கட் செய்தேன்.

எங்களுடைய அந்த நான்கு நாட்கள் பிரயாணம் அடுத்த அரை மணி நேரத்தில் முடிந்தது. ரயில் திப்ருகர் நிலையத்தை சென்றடைந்தது.

நான் அவர்களிடம் இருந்து பிரியா விடை பெற்று கொண்டேன். அவருடைய விலாசம் மற்றும் அவருடன் ஒரு போட்டோவும் எடுத்துக் கொண்டேன். என்னுடைய வாழ்வில் அந்த ரயில் பயணம் ஒரு திருப்புமுனையாக அமைந்து என் வாழ்க்கையையும் மகிழ்ச்சிகரமாகவும் அழகான இரட்டை குழந்தைகளையும் பெற்று வாழ்வதற்கு மிகப்பெரிய உதவியாக அமைந்தது. இப்போது நீயே சொல் நான் அவர்களுக்காக காத்திருந்தது சரிதானே? என்று நான் என்னுடைய நண்பன் ஆனந்திடம் கேட்க, அவனும் ஆம் என்று ஆமோதித்து தலையை ஆட்டிவிட்டு மகிழ்ச்சியுடன் என்னை கட்டி தழுவிக்கொண்டான்.

ராகவன் மாலினி தம்பதியினர் வாழ்க்கை மாறியது போல, உங்களு‌டைய வாழ்க்கையிலும் இதுபோன்ற பிரச்சனைகள் இருந்தால் கண்டிப்‌பாக மேலே தரப்பட்ட சூத்திரங்களை உபயோகப்படுத்தி பாருங்கள். உங்‌களுடைய உறவு முறைகளில் ஏற்றமும் மாற்றமும் காண இது உதவியாக அமையலாம்.

நன்றி வணக்கம்!!!!

∽

தொடர்பு கொள்ள

இந்தப் புத்தகத்தை தேர்ந்தெடுத்து படித்ததற்கு மிகவும் நன்றி. இதன் மூலம் தங்களுடைய வாழ்க்கையில் ஏதாவது மாற்றம் நிகழ வாய்ப்பு இருக்கிறது. அப்படி நிகழும் பட்சத்தில் நீங்கள் என்னுடன் அதைப் பகிர்ந்து கொள்ளலாம்.

தங்களுடைய மேலான கருத்துக்களை தெரிவிப்பதற்கு...

மின்னஞ்சல்   முகவரி
:ganeshgan@gmail.com

www.ingramcontent.com/pod-product-compliance
Lightning Source LLC
Chambersburg PA
CBHW021119130726
47988CB00003B/1083